CHẮP TAY
LẠY NGƯỜI

CHẮP TAY LẠY NGƯỜI

NGUYÊN MINH

NGUYÊN MINH

TỦ SÁCH RỘNG MỞ TÂM HỒN

Chắp tay lạy người

UNITED BUDDHIST PUBLISHER
NHÀ XUẤT BẢN LIÊN PHẬT HỘI

Thay lời tựa

Cách đây hơn 25 thế kỷ, lần đầu tiên trong lịch sử nhân loại, đức Phật *Thích-ca Mâu-ni* đã chỉ ra rằng những gì chúng ta nhận biết về chính bản thân mình qua tri giác thông thường là không đúng thật. Trong khi ta luôn nhận biết về một bản ngã cụ thể đang hiện hữu như là trung tâm của cả thế giới quanh ta, thì đức Phật dạy rằng, cái bản ngã đối với ta vô cùng quan trọng đó thật ra lại hoàn toàn không hề tồn tại trong thực tiễn theo như cách mà ta vẫn nhận biết và mô tả về nó.

Kinh điển gọi những lời dạy về nội dung này là giáo lý *vô ngã*. Trải qua hàng ngàn năm được truyền lại qua các thế hệ, những lời dạy về *vô ngã* đã trở thành cốt lõi của hầu như tất cả các tông phái khác nhau trong đạo Phật.

Trong cuộc sống thông thường, phần lớn những động lực thôi thúc chúng ta nỗ lực làm việc hay theo đuổi một mục tiêu nào đó đều xuất phát từ trung tâm điểm là nhận thức về sự tồn tại độc lập của bản thân ta. Chúng ta nỗ lực làm việc, gầy dựng sự nghiệp để *bản thân ta* không rơi vào cảnh nghèo hèn khốn khó, để gia đình *của ta* không thua kém gia đình *của người khác*, để con cái *của ta* được học hành đến nơi đến chốn... Ở mức độ cao xa hơn, ta tham gia hoạt động xã hội để thôn xóm *của ta* được phát triển, hoặc để công ty, tổ chức *của ta* ngày càng lớn mạnh, để đất nước *của ta* vươn lên thành một cường quốc không thua kém lân bang... Nếu không có một cái gì đó "*của ta*" trong mục tiêu phía trước, ta sẽ cảm thấy hầu như chẳng có gì để thôi thúc ta phải nỗ lực làm việc cả.

Trong một chừng mực nào đó, những động lực thúc đẩy như trên, hay cách suy nghĩ và hành động dựa vào những động lực đó, là cần thiết và không có gì sai trái. Nói một cách chính xác hơn, bản thân ta cũng như gia đình và xã hội, đất nước... hầu như luôn được phát triển trên căn bản những động lực thúc đẩy đó. Thử hình dung, nếu những động lực thúc đẩy đó nhất thời bị triệt tiêu, liệu chúng ta có thể nào tiếp tục làm việc một cách hăng say không mệt mỏi từ ngày này sang ngày khác được chăng?

Nhưng vấn đề bắt đầu nảy sinh khi những cái "*của ta*" không phải bao giờ cũng tương hợp hoàn toàn với "*của người khác*". Khi mỗi người đều có một "*cái ta*" cá biệt thì điều tất yếu xảy ra là phải có lúc những "*cái ta*" đó có những thôi thúc, đòi hỏi tương phản, mâu thuẫn nhau. Vì thế, bức tranh thực tế bao giờ cũng là một sự cân bằng và trộn lẫn giữa nhu cầu chung và mâu thuẫn riêng của những "*cái ta*" khác nhau. Nhiều "*cái ta*" trong một gia đình hợp thành một "*cái ta*" lớn hơn, vì có cùng những thôi thúc, đòi hỏi như nhau. Tương tự, nhiều "*cái ta*" trong một phe nhóm, tổ chức cũng hợp thành một "*cái ta*" của phe nhóm, tổ chức đó... Cho đến lớn lao hơn là "*cái ta*" của những đất nước khác nhau trên toàn cầu. Những mâu thuẫn riêng sẽ được gạt bỏ khi nhu cầu chung của cả nhóm là cần thiết và quan trọng hơn.

Nhưng nếu xem xét vấn đề một cách chi tiết, chúng ta sẽ thấy rằng mọi mâu thuẫn vẫn luôn còn đó, ngay cả trong một gia đình, tổ chức hay đất nước đang hòa hợp, bởi những cái ta đang "*hợp tác*" cùng nhau đó cũng không phải là hoàn toàn tương hợp. Vẫn luôn có những mâu thuẫn, những tương phản giữa những "*cái ta*" cá biệt. Chỉ có điều, khi mâu thuẫn đó còn chưa đủ lớn để vượt qua nhu cầu "*hợp tác*" để cùng phát triển thì nó chưa bộc lộ mà thôi.

Và sự mâu thuẫn, xung khắc giữa những "*cái ta*" cá biệt chính là nguyên nhân quan trọng nhất dẫn đến hầu hết mọi bất ổn trong đời sống cộng đồng, tập thể, cho dù tập thể đó là một gia đình hay một tổ chức... Khi mâu thuẫn lớn lên và vượt quá nhu cầu hợp tác giữa các thành viên trong một gia đình, một tổ chức... thì điều tất yếu là gia đình đó, tổ chức đó... sẽ tan vỡ, và tất nhiên là luôn kèm theo với những tư tưởng, lời nói và hành vi gây tổn thương cho nhau.

Như vậy, nếu như nhận thức của mỗi chúng ta về một *bản ngã* cụ thể đang hiện hữu là đúng thật, nghĩa là luôn tồn tại một "*cái ta*" cá biệt trong mối tương quan với người khác, vật khác, thì *tất cả những bất ổn trong đời sống của chúng ta sẽ là điều tất nhiên tồn tại và vô phương cứu vãn!*

Trong thực tế, nhận thức về một "*bản ngã có thật*" không chỉ dẫn đến những mâu thuẫn trong phạm vi cá nhân, gia đình, tổ chức... mà nó còn là nguyên nhân dẫn đến hàng loạt những cuộc xung đột, chiến tranh đẫm máu giữa các quốc gia cũng như trên phạm vi toàn cầu. Mặc dù có thể được diễn dịch theo nhiều cách khác nhau, nhưng mục tiêu cốt lõi của tất cả những cuộc xung đột, chiến tranh đều chính là để bảo vệ và phát triển "*cái ta*" của những người tham chiến.

Nhưng liệu nhận thức về *bản ngã* đó có đúng thật hay chăng? Và nếu như nó là không đúng thật - như đức Phật đã từng chỉ ra từ cách đây hơn 25 thế kỷ - thì tại sao nó vẫn có khả năng tồn tại, đeo bám trong mỗi chúng ta để không ngừng gây ra vô số bất ổn cho đời sống?

Trả lời cho những câu hỏi này không phải là việc đơn giản, dễ dàng. Nó đòi hỏi chúng ta phải chấp nhận buông bỏ mọi định kiến và nhận thức lại toàn bộ vấn đề một cách hoàn toàn khách quan, sáng suốt. Dù vậy, chúng ta thật may mắn là đã có sẵn một con đường để bước đi mà không cần phải tìm tòi, dò dẫm. Tuy nhiên, mỗi bước chân đi vẫn phải là của chính chúng ta, và việc tự mình nhận hiểu về tính đúng đắn của con đường đó là điều tất yếu trước khi khởi sự.

Điều đáng mừng ở đây là, một khi đã nhận hiểu đúng được vấn đề và khởi sự tìm kiếm câu trả lời cho những thắc mắc nêu trên, chúng ta sẽ ngay lập tức tháo gỡ được dần dần những trói buộc, vướng mắc trong cuộc sống. Do đó, điều chắc chắn là cuộc sống ta sẽ trở nên nhẹ nhàng, thanh thản hơn... Và quan trọng nhất là, ta có nhiều tự do hơn trong cuộc sống.

Con đường mà tôi muốn nói đến ở đây chính là giáo lý *vô ngã* trong đạo Phật. Những lời dạy về *vô ngã* của đức Phật trước hết được xuất phát từ kinh nghiệm chứng ngộ trực tiếp của bản thân ngài, nhưng đồng thời sự sắp xếp và trình bày những lời dạy ấy trong kinh điển về sau cũng đã hình thành một hệ thống lý luận chặt chẽ mà cho đến nay vẫn giữ nguyên hoàn toàn giá trị. Học hỏi và thực hành giáo lý *vô ngã* sẽ giúp ta tìm ra được câu trả lời xác đáng cho những thắc mắc đã nêu trên.

Thế nhưng, cần biết rằng việc tiếp nhận giáo lý *vô ngã* qua kinh điển và trực tiếp nhận hiểu *vô ngã* qua kinh nghiệm thực hành của tự thân là hai vấn đề có tương quan nhưng hoàn toàn khác biệt nhau. Nói cách khác, một người có khả năng giảng giải uyên bác và thông suốt về *vô ngã* chưa hẳn đã là người có kinh nghiệm thực chứng; ngược lại, một người đã đạt được kinh nghiệm sống *vô ngã* cũng chưa hẳn đã có khả năng giảng giải hay trình bày mạch lạc về chủ đề này với người khác. Tuy nhiên, *mọi sự thực hành đều khởi đầu dựa trên lý thuyết*, và một lý thuyết đúng đắn chắc chắn sẽ dẫn dắt người thực hành sớm đạt được những kết quả mong muốn.

Với những ai đi theo con đường sai lệch tầm chương trích cú nhưng không kết hợp với công phu hành trì thì lý thuyết sẽ trở thành sự chướng ngại và là một gánh nặng vô ích, nhưng nếu biết vận dụng thích hợp trong thực hành thì lý thuyết bao giờ cũng là yếu tố quan trọng thiết yếu cho một sự khởi đầu.

Việc tiếp nhận giáo lý *vô ngã* dù ở bất cứ tầng bậc nào cũng đều mang lại những lợi ích vô cùng lớn lao cho cuộc sống của mỗi chúng ta, miễn là không rơi vào sự diễn giải sai lầm dựa theo những phán đoán chủ quan. Thực hành *vô ngã* một cách đúng đắn thì ngay từ bước đầu tiên cũng có thể giúp chúng ta cởi bỏ được ít nhiều những sự trói buộc trong cuộc sống. Và sự kiên trì thực hiện chắc chắn sẽ tiếp tục mang đến những kết quả ngày càng lớn lao và mầu nhiệm hơn nữa.

Bản thân người viết tập sách này chỉ là kẻ đang tập tễnh bước đi trên con đường học Phật, nương theo tinh thần "*Tự thắp đuốc lên mà đi*" như đức Phật đã từng chỉ dạy. Tuy nhiên, với biết bao tình thương yêu sâu nặng mà người viết đã may mắn nhận được từ cuộc sống, biết bao ơn nghĩa lớn lao đã nhận được từ cộng đồng xã hội, và biết bao sự ích lợi nhiệm mầu đã nhận được từ Phật pháp, người viết tự cảm thấy mình có bổn phận phải chia sẻ những gì đã có với tất cả những ai đồng cảm, như một cách để đáp đền trong muôn một đối với tất cả những gì mình đã may mắn nhận được. Tập sách này đã ra đời từ những suy nghĩ đó.

Hầu hết các kinh luận Đại thừa đều có đề cập đến giáo lý *vô ngã* và hiện nay đã có rất nhiều giảng luận nghiêm túc, sâu xa về đề tài này. Tuy nhiên, người viết hoàn toàn không dám và cũng không có ý lặp lại những gì người đi trước đã nêu ra, chỉ muốn trình bày, chia sẻ những gì tự thân mình đã cảm nhận được và vận dụng ngay trong cuộc sống hằng ngày. Dù vậy, như đã nói ở trên, lý thuyết và thực hành tuy là hai vấn đề khác biệt nhưng có mối tương quan chặt chẽ, và bất kỳ sự thực hành đúng hướng nào cũng nhất thiết phải dựa trên một nền tảng lý thuyết đúng đắn. Do đó, người viết sẽ cố gắng hạn chế tối đa những suy diễn chủ quan và chỉ dựa vào những gì được ghi chép trong kinh điển để làm kim chỉ nam cho những trang viết của mình. Các nguồn giảng luận khác nếu được đề cập đến sẽ chỉ mang tính chất tham khảo mà thôi.

Từ lâu, không ít người đã xem *vô ngã* như một phần giáo lý quá cao siêu và trừu tượng, thường chỉ dành cho những ai thuộc vào hàng thượng căn thượng trí, hoặc ít ra cũng phải từng trải qua rất nhiều năm tu tập hành trì. Tuy nhiên, điều đó thật ra là hoàn toàn không đúng. Từ một khởi điểm phổ quát nhất cho tất cả mọi người thì mỗi chúng ta đều có sự nhận biết nhất định về *bản ngã*, hay nói đơn giản hơn là về bản thân ta trong mối tương quan với người khác, vật khác quanh ta. Giáo lý *vô ngã* đề cập trực tiếp đến cách thức mà chúng ta đang nhận hiểu về bản thân mình và thế giới quanh ta, chỉ ra những điểm hợp lý và bất hợp lý trong cách nhìn nhận đó. Nhận thức hợp lý sẽ giúp chúng ta có những tư tưởng, lời nói và hành vi đúng đắn, mang lại lợi ích cho bản thân và người khác; ngược lại, nhận thức bất hợp lý sẽ khiến ta có những tư tưởng, lời nói và hành vi sai lầm, gây tổn hại cho chính ta và những người quanh ta. Một phần giáo lý đề cập đến những nội dung thiết thực, gần gũi với cuộc sống như thế, rõ ràng không thể xem là quá cao siêu, trừu tượng, mà ngược lại đó chính là nền tảng cơ bản nhất, cần thiết nhất cho tất cả chúng ta.

Nhưng sở dĩ có sự đánh giá sai lệch như trên về giáo lý *vô ngã* là vì sự nhận hiểu đúng đắn về giáo lý này luôn có những khó khăn nhất định. Khi bị trói chặt trong vô số những thói quen và định kiến từ lâu đời, ta sẽ rất khó lòng tiếp cận một cách hoàn toàn khách quan và sáng suốt với những gì mà giáo lý *vô ngã* nêu ra. Hơn thế nữa, mỗi chúng ta thường không tự biết được điểm khởi đầu thích hợp của chính mình khi tiếp cận với giáo lý *vô ngã*, và điều đó khiến ta thường thấy xa lạ với những điều mà lẽ ra phải là tương quan rất mật thiết với đời sống của ta.

Để vượt qua những khó khăn trở ngại đó, tốt nhất là ta phải biết cách vận dụng và so sánh, suy nghiệm ngay từ những gì đang xảy ra với bản thân ta trong cuộc sống hằng ngày. Khi tự mình rút ra được những bài học, những nhận thức sâu sắc ngay từ trong cuộc sống, ta mới có thể nhận hiểu được một cách đúng đắn nhất thế nào là *vô ngã*, cũng như phải điều chỉnh như thế nào những nhận thức sai lệch từ trước đến nay của ta, nhằm giảm nhẹ mọi khổ đau và hướng đến một đời sống tinh thần ngày càng tốt đẹp hơn.

Qua tập sách này, người viết hy vọng sẽ có thể chia sẻ với độc giả một cách tiếp cận dễ dàng hơn với giáo lý *vô ngã*, nhưng vẫn không xa rời những lời Phật dạy trong kinh điển. Tuy nhiên, sự dễ dàng hơn ở đây không có nghĩa là chúng ta đơn giản hóa hay làm sai lệch đi những gì được ghi chép trong kinh điển. Vấn đề chính là mỗi người chúng ta phải biết tìm cho mình một cách tiếp cận thích hợp nhất, phù hợp với khởi điểm hiện tại. Bằng cách vạch ra những mối tương quan giữa thực tiễn đời sống và những lời Phật dạy, người viết hy vọng sẽ có thể giúp mọi người nhận ra được những ý nghĩa cốt lõi nhất cần được vận dụng trong cuộc sống hằng ngày. Và chính thông qua sự áp dụng thực tế mà những khía cạnh sâu xa, tinh tế trong lời Phật dạy sẽ được nhận hiểu một cách đầy đủ và đúng đắn nhất, như đức Phật đã từng dặn dò rằng, bất kỳ giáo lý nào, dù là do chính ngài giảng dạy, cũng chỉ nên tin tưởng và làm theo sau khi đã tự mình chứng nghiệm được tính đúng đắn của nó.

Tuy nhiên, cho dù mong muốn của người viết là như thế, việc có đạt được hiệu quả mang đến lợi ích cho người đọc hay không hẳn nhiên còn phải tùy thuộc vào trình độ và khả năng diễn đạt, vốn vô cùng hạn chế, của bản thân người viết.

Vì thế, điều chắc chắn là sẽ không thể tránh khỏi ít nhiều sai sót trong tác phẩm này. Rất mong người đọc sẽ được ý quên lời, rộng lòng cảm thông và tha thứ. Mọi sự góp ý, chỉ dạy đều sẽ được hoan hỷ đón nhận với lòng biết ơn chân thành và sâu sắc.

Trân trọng!

Nguyên Minh

Thế giới quanh ta...

Thời thơ ấu, chúng ta luôn háo hức mỗi khi được tiếp xúc với một sự vật mới. Thế giới quanh ta đầy rẫy những điều mà ta chưa từng biết đến tên gọi, và sự tiếp xúc với mỗi một sự vật mới mẻ đều khiến ta say mê, thích thú. Thế giới mở rộng quanh ta như một nguồn cảm hứng bất tận, với vô số những điều chưa biết luôn chờ đợi ta khám phá và tìm hiểu... Ta có cảm tưởng như sẽ không bao giờ có thể hiểu hết về thế giới quanh ta! Trong giai đoạn này của cuộc đời, hầu hết chúng ta thường liên tục đưa ra những câu hỏi làm điên đầu người lớn, không phải vì tính chất phức tạp hay khó khăn của những câu hỏi, mà chính là vì mức độ dồn dập dường như chẳng bao giờ có thể thỏa mãn được hết.

Rồi thời gian trôi qua và trí óc non nớt của ta dần dần lấp đầy với những tên gọi và khái niệm. Danh sách liệt kê những gì *"đã biết"* dần dần được kéo dài ra và tưởng chừng như vượt xa những điều "*chưa biết*". Hơn thế nữa, song song với quá trình nhận biết và định danh sự vật, chúng ta cũng đồng thời thực hiện sự phân loại, sắp xếp. Thông qua đó, sự vật được đưa vào nhận thức của ta theo những kiểu loại, hệ thống nhất định... và ta có cảm giác như mình đã am hiểu rất nhiều về thế giới quanh ta, khiến cho nó như ngày càng trở nên nhỏ hẹp hơn đối với ta. Trong giai đoạn này của cuộc đời, phần lớn chúng ta thường trở nên tự mãn - hay tự tin quá độ - và ít khi chịu lắng nghe những lời giải thích hay chỉ dạy của người lớn tuổi. Ta luôn muốn tự mình đưa ra những giải thích về sự việc và có khuynh hướng tin chắc rằng những nhận thức của ta là chính xác. Ta ít khi chịu lắng nghe người khác, trừ phi họ có thể chỉ ra một cách hết sức rõ ràng và cụ thể những sai lầm của ta.

Nhưng rồi cuộc sống không dừng lại ở đó. Thời gian tiếp tục trôi qua và kinh nghiệm sống cũng như sự va chạm, tiếp xúc với đời sống của chúng ta ngày càng nhiều hơn. Ta bắt đầu có cơ hội tiếp xúc với những sự việc mà ta không thể giải thích hay nhận hiểu bằng phần tri thức đã có. Từ phạm vi thế giới vật chất, chúng ta dần mở rộng nhận thức sang thế giới tinh thần, bao gồm cả những cảm xúc, tình cảm cũng như những hiện tượng tâm linh. Và chúng ta bắt đầu nhận ra rằng vẫn còn có rất nhiều điều mà ta chưa hiểu biết hết hay thậm chí là hoàn toàn không hiểu gì cả! Thế giới quanh ta dường như ngày càng trở nên bí ẩn và khó hiểu hơn, và những tri thức đã có của ta có vẻ như ngày càng trở nên hạn hẹp, ít ỏi...

Trong giai đoạn này của cuộc đời, nhiều người trong chúng ta bắt đầu chọn cho mình một lý tưởng sống, một hướng đi tinh thần, tìm kiếm một ý nghĩa cho đời sống hay một chỗ nương tựa về mặt tâm linh. Khuynh hướng này thường giúp ta bớt đi sự hụt hẫng khi phải đối mặt với những hiện tượng tâm linh bí ẩn hay những cơn sóng gió biến động trong đời sống mà rất ít người trong chúng ta tránh khỏi.

Tất nhiên, mỗi chúng ta có thể trải qua một tiến trình tiếp xúc khác nhau với thế giới quanh ta, nhưng diễn tiến thay đổi cơ bản như trên dường như có thể xem là một mô thức chung chung nhất, phổ biến nhất ở hầu hết mọi người.

Như vậy, chúng ta có thể thấy rằng, một mặt thì bản thân thế giới quanh ta luôn chuyển biến, thay đổi, nhưng mặt khác thì nhận thức của ta về thế giới cũng thay đổi qua từng giai đoạn khác nhau. Mỗi một sự vật là mới mẻ hay khó hiểu đối với bản thân ta lại không có gì là mới mẻ hay khó hiểu đối với nhiều người khác, và có những sự việc quen thuộc đối với ta lại có thể là chưa hề được biết đến bởi một số người. Nói cách khác, sự thay đổi mà ta nhận thức được nơi thế giới quanh ta bao giờ cũng nằm trong mối tương quan chặt chẽ giữa bản thân ta - *chủ thể nhận thức* - và những sự vật quanh ta - *đối tượng nhận thức.* Chúng ta hầu như không thể hình dung được một thế giới nào khác hơn là cái thế giới xuất hiện trong mối tương quan như thế.

Và cũng chính từ mối tương quan giữa *chủ thể* và *đối tượng nhận thức* mà nhân loại đã nảy sinh ít nhất là hai phương cách nhận thức khác nhau về thế giới, hình thành hai quan điểm hoàn toàn khác biệt nhau.

Một số người lấy *chủ thể* làm trọng tâm trong mối tương quan với thế giới bên ngoài. Theo quan điểm này, thế giới vật chất bên ngoài chỉ là sự phóng chiếu của ý thức, được nhận biết bởi ý thức chúng ta. Sở dĩ thế giới vật chất có thể tồn tại được là vì có một *chủ thể* đang nhận thức về nó. Chúng ta không thể hình dung một dạng tồn tại nào đó của thế giới vật chất nếu như không có bất kỳ chủ thể nào nhận biết về nó. Lập luận đơn giản ở đây là, nếu không có *chủ thể* nhận biết thì làm sao để *biết* được về sự tồn tại đó?

Quan điểm này được mở rộng hơn khi cho rằng sự thay đổi của tâm thức có thể tác động lên thế giới vật chất, hay nói khác đi là thế giới vật chất có thể thay đổi theo một cách nào đó tùy thuộc vào tâm thức ta. Một ví dụ đơn giản của điều này là khi một người đang vui, môi trường chung quanh sẽ thấm đẫm niềm vui đó; ngược lại, tâm trạng thất vọng hoặc u sầu sẽ làm cho mọi thứ quanh ta đều trở nên u ám.

Nhưng những người không chấp nhận quan điểm này có thể bác bỏ điều đó khi cho rằng những thay đổi theo cách như thế chẳng qua chỉ là sự thay đổi chủ quan trong tâm thức của chúng ta mà thôi, hoàn toàn không phải là sự thay đổi khách quan của thế giới vật chất bên ngoài.

Tuy nhiên, ở mức độ tiến xa hơn nữa, những người nhấn mạnh vào vai trò của *chủ thể nhận thức* thường dựa vào trực quan, nghĩa là sự cảm nhận trực tiếp của họ, để cho rằng có những mối quan hệ nhất định mà qua đó tâm thức có thể chi phối các hiện tượng trong thế giới vật chất. Những mối quan hệ hay sự chi phối này không phải là những quy luật thuần túy vật chất, nên chúng hoàn toàn không thể được nhận biết hay kiểm chứng thông qua các nguyên tắc vật lý thông thường. Nhưng cho dù không thể nhận biết hay kiểm chứng bằng cách thông thường thì con người vẫn có thể trực nhận được sự hiện hữu của chúng trong tự nhiên thông qua những kinh nghiệm trực tiếp.

Trong một ý nghĩa phổ biến hơn, những người theo quan điểm này tin rằng ngoài thế giới vật chất được nhận biết bằng các giác quan, còn có một thế giới khác - hay một phần khác của thế giới - thuộc phạm trù siêu nhiên, vô hình, không thể nhận biết bằng các giác quan thông thường. Tuy nhiên, con người có thể nhận biết, giao tiếp được với phần thế giới vô hình này nhờ vào những năng lực nhất định của tâm thức, được phát triển thông qua những phương thức tu tập, rèn luyện nào đó.

Những người không tán đồng với quan điểm trên thì đưa ra một quan điểm ngược lại, lấy *đối tượng nhận thức* làm trọng tâm trong mối tương quan với thế giới bên ngoài. Đối với họ, thế giới luôn tồn tại một cách khách quan và vận hành theo những quy luật cụ thể của nó, không hề chịu sự tác động bởi ý chí con người. Và vì thế, cách duy nhất để chúng ta có thể cải thiện hoàn cảnh chung quanh là nghiên cứu tìm ra những quy luật vận hành khách quan của thế giới vật chất và dựa vào đó để tác động, làm thay đổi môi trường quanh mình.

Quan điểm thứ hai này dường như có thể được chứng minh cụ thể qua những sự việc thường xuyên diễn ra trong đời sống. Chẳng hạn, khi một người nông dân trồng lúa và mong muốn được mùa, thì cách duy nhất để ông ta có thể tác động và biến mơ ước của mình thành hiện thực là phải nắm rõ quy luật sinh trưởng của cây lúa, sau đó tác động thích hợp vào chu kỳ sinh trưởng của nó bằng những biện pháp cụ thể như bón phân, dẫn nước tưới... Nếu sự hiểu biết của ông ta là đúng đắn và những biện pháp tác động đã được thực hiện tốt, kết quả chắc chắn sẽ là một vụ mùa bội thu như mong muốn. Tuy nhiên, ngay cả trong trường hợp xảy ra thiên tai, dịch bệnh dẫn đến mất mùa, thì điều đó vẫn có thể được giải thích bằng những quy luật khách quan, dù là vượt ngoài khả năng tác động của người nông dân ấy nhưng vẫn không đi ngược với các quy luật vận hành của thế giới vật chất.

Lấy một ví dụ khác, khi một học sinh mong muốn vượt qua kỳ thi với điểm số cao, thì cách duy nhất để thực hiện mong muốn đó là phải học tập chuyên cần, đáp ứng được những yêu cầu mà kỳ thi đề ra. Mọi sự nỗ lực theo những hướng khác hơn đều bị xem là không đúng quy luật khách quan, và do đó sẽ không thể mang lại kết quả như mong muốn.

Khi đi sâu tìm hiểu thì thật ra mỗi quan điểm nêu trên đều có cả một hệ thống cơ sở lý luận chi ly và phức tạp để bảo vệ cho quan điểm của mình, đồng thời bác bỏ quan điểm của phía bên kia mà họ cho là bất hợp lý. Những người theo quan điểm nhấn mạnh vào *chủ thể nhận thức* như trên được xem là *duy tâm*, và đối nghịch hoàn toàn trên cơ sở lý luận với những người theo quan điểm *duy vật*, tức là quan điểm nhấn mạnh vào *đối tượng nhận thức*, hay thế giới vật chất khách quan.

Đa số các tôn giáo - trừ Phật giáo - đều gắn liền với quan điểm *duy tâm* và phát triển trên nhận thức cho rằng trong phạm trù vô hình đã nói trên có sự hiện hữu của một đấng siêu nhiên toàn năng nào đó, có thể chi phối cả thế giới tâm linh lẫn thế giới vật chất.

Trong khi đó, những người theo quan điểm *duy vật* thì cho rằng tất cả mọi hiện tượng đang tồn tại đều được hình thành từ các dạng vật chất. Và như vậy, cả *chủ thể* lẫn *đối tượng nhận thức* đều chỉ là kết quả của những quá trình tương tác vật chất theo những quy luật khách quan nhất định. Chính vì vậy, ý chí con người không thể tác động vào sự thay đổi của thế giới vật chất. Nếu muốn làm thay đổi thế giới thì cách duy nhất là con người phải hành động dựa vào những quy luật vận hành khách quan của nó.

Dù là *duy tâm* hay *duy vật*, điểm chung mà chúng ta có thể dễ dàng nhận thấy ở đây là cả hai phía đều xây dựng lập luận dựa trên căn bản khởi đầu có một *chủ thể nhận thức* và một *đối tượng được nhận thức*. Và nếu xét theo tiến trình tiếp xúc ban đầu của mỗi cá nhân với thế giới chung quanh thì rõ ràng là chưa hề có sự phân chia về mặt quan điểm là *duy tâm* hay *duy vật*. Khi một đứa trẻ lớn lên, sự tiếp xúc và tìm hiểu về thế giới chung quanh là một tiến trình phát triển và thu thập kinh nghiệm hoàn toàn tự nhiên với sự phân biệt giữa *chủ thể nhận thức* và *đối tượng nhận thức* nhưng không hề, và cũng không cần thiết phải xác định đó là theo quan điểm *duy tâm* hay *duy vật*.

Sự chọn lựa giữa một trong hai quan điểm *duy tâm* hay *duy vật* dường như chỉ xuất hiện khi ý thức chúng ta bắt đầu tiến trình nhận thức về chính nó, và đây là dấu hiệu của sự phát triển tư duy khi cá nhân không chỉ đơn thuần học hỏi nhận biết về thế giới quanh mình mà bắt đầu có sự phán xét, suy nghiệm về những gì đã được nhận biết. Như vậy, điều rõ ràng ở đây là những quan điểm *duy tâm* hay *duy vật* chỉ được đưa ra như một nỗ lực trong tư duy của con người nhằm giải thích về những gì nhận biết được từ thế giới bên ngoài, trong khi sự phân biệt giữa *chủ thể* và *đối tượng nhận thức* là điều đã xuất hiện từ trước đó.

Vấn đề *duy tâm* hay *duy vật* đã từng là đề tài tranh cãi khá dai dẳng giữa nhiều triết gia cũng như các nhà tư tưởng lớn trên thế giới. Và như đã nói, đa số tôn giáo đều được xem là *duy tâm*. Tuy nhiên, trong thực tế thì đạo Phật có thể xem là tôn giáo duy nhất không hề lưu tâm đến vấn đề *duy tâm* hay *duy vật*, mà chỉ đặt trọng tâm chú ý vào sự phân tích thiết thực tính chất hiện hữu của cả *chủ thể* lẫn *đối tượng nhận thức* trong mối quan hệ tiếp xúc giữa bản thân ta và thế giới quanh ta.

Khi phân tích về *đối tượng nhận thức*, nghĩa là toàn bộ thế giới được nhận biết bởi các giác quan của chúng ta, đạo Phật không nhằm đi sâu mở rộng sự hiểu biết nhằm bao trùm tất cả. Thay vì vậy, đạo Phật nhấn mạnh đến hai vấn đề căn bản:

1. Tìm ra nguyên nhân phổ quát đã hình thành tất cả các hiện tượng, sự vật.
2. Nhận thức rõ bản chất thực sự của mọi hiện tượng, sự vật.

Bằng sự phân tích và quán chiếu theo hướng như thế, đức Phật đã chỉ ra rằng toàn bộ thế giới hiện tượng này đều được hình thành từ một nguyên lý chung. Dưới đây là bài kệ của ngài *A-thuyết-thị* (*Aśvajit*), một trong năm vị đệ tử đầu tiên của đức Phật, nhắc lại lời dạy của đức Phật cho ngài *Xá-lợi-phất* nghe:

Nhược pháp nhân duyên sinh,
Pháp diệc nhân duyên diệt.
Thị sinh diệt nhân duyên,
Phật Đại Sa-môn thuyết.

(Các pháp nhân duyên sinh,
Cũng theo nhân duyên diệt.

Nhân duyên sinh diệt này,
Do Đức Phật thuyết dạy.)

Vào lúc được nghe bài kệ này, ngài *Xá-lợi-phất* (*Śāriputra*) vẫn còn là một luận sư ngoại đạo. Nhưng khi vừa được nghe qua bài kệ, ngài đã nhận ra ngay người thuyết dạy bài kệ này chính là bậc đạo sư chân chính mà mình đang tìm kiếm. Vì thế, ngài quyết định đưa tất cả đệ tử của mình đến quy y Phật. Sau đó, ngài trở thành một trong số Thập đại đệ tử của đức Phật, được ngợi khen là người có trí tuệ đệ nhất.

Bài kệ trên nêu tóm tắt nguyên lý *nhân duyên*, cũng được gọi là *nhân duyên sinh* hay *duyên sinh*, là một phần giáo lý căn bản của đạo Phật, được đề cập rất nhiều lần trong hầu hết các kinh điển. Giáo lý này giải thích sự hình thành và tồn tại của toàn bộ thế giới hiện tượng chỉ như là sự kết hợp của các *nhân* và *duyên* khác nhau.

Nhân ở đây chỉ đến những yếu tố tham gia vào sự hình thành sự vật, hiện tượng. Chẳng hạn như những yếu tố bột, đường, nước, hương liệu... là các *nhân* trực tiếp làm nên cái bánh.

Duyên chỉ đến các điều kiện tác động cần thiết để hình thành sự vật, hiện tượng. Chẳng hạn như khả năng của người làm bánh, sự ủng hộ hay cản trở của những người chung quanh...

Trong trường hợp ví dụ nhỏ này, nếu thiếu các *nhân* cần thiết như bột, đường... thì không thể hình thành cái bánh. Nhưng nếu có đủ các yếu tố rồi mà không đủ các điều kiện tác động làm *duyên* thì cũng không hình thành cái bánh. Chẳng hạn như người làm bánh không biết cách làm, tuy bắt tay làm nhưng có thể làm hỏng, hoặc có những người khác không tán thành, ngăn cản việc làm bánh, thì người làm bánh có thể thay đổi ý định... Và như vậy cũng không có cái bánh.

Đây chỉ là một ví dụ đơn giản nhằm tiếp cận vấn đề từ góc độ dễ hiểu nhất. Khi phân tích sâu hơn, mỗi một yếu tố tham gia hình thành sự vật, hiện tượng có thể vừa là *nhân*, vừa là *duyên*; cũng có thể là *nhân* trong giai đoạn này và là *duyên* trong giai đoạn khác của sự vật, hoặc cũng có thể là *nhân* cho một sự vật này nhưng là *duyên* cho một sự vật khác...

Khi mở rộng nguyên lý *nhân duyên* từ ví dụ đơn giản vừa nêu ra toàn bộ thế giới hiện tượng, chúng ta vẫn thấy được sự phù hợp và đúng đắn. Các hiện tượng phức tạp sẽ được hình thành từ những *nhân, duyên* phức tạp, và tất nhiên cần phải trải qua tiến trình thời gian, nhưng về nguyên lý chung thì vẫn không thay đổi. Hơn thế nữa, hệ quả của nguyên lý này là: *Khi nhân duyên thay đổi thì sự vật, hiện tượng chắc chắn cũng sẽ thay đổi.* Vì thế, thay vì bực tức với những sự việc không như ý, ta nên biết rằng điều tốt hơn là phải thay đổi ngay từ những nhân duyên tạo thành chúng.

Bằng cách quán sát thế giới hiện tượng qua nguyên lý *nhân duyên sinh*, đạo Phật giúp chúng ta buông bỏ được những sự thắc mắc, truy tìm không cần thiết. Thế giới hiện tượng là vô cùng mà khả năng tri giác của chúng ta là giới hạn, thế nên mong muốn mở rộng sự hiểu biết của ta bao trùm hết thế giới hiện tượng chỉ là điều không tưởng. Thay vì vậy, chúng ta nên quán xét để thấy rõ được nguyên lý chung đang hiện hành trong tất cả các sự vật, hiện tượng. Và cái nguyên lý chung đó chính là nguyên lý *nhân duyên sinh*.

Vào thời đức Phật còn tại thế, ngài cũng nhiều lần từ chối trả lời những câu hỏi về thế giới hiện tượng, vì cho rằng điều đó hoàn toàn không có ích lợi gì cho sự tu tập cải thiện đời sống. Những thắc mắc đại loại như: vũ trụ là hữu hạn hay vô hạn, vũ trụ đã có từ lúc nào... rõ ràng là không liên quan gì đến việc giúp ta có được một cuộc sống tốt đẹp hơn.

Giải pháp mà đức Phật đề ra có vẻ như hoàn toàn đi ngược

lại với khuynh hướng tìm hiểu của đại đa số chúng ta. Như đã nói, ngay từ thuở ấu thơ, chúng ta đã háo hức tìm hiểu về thế giới quanh ta, luôn mong muốn mở rộng sự hiểu biết đến bất kỳ sự việc nào mà ta có cơ hội tiếp xúc. Khuynh hướng khát khao hiểu biết này theo đuổi chúng ta cho đến lúc trưởng thành, và ta liên tục chạy theo nó cho đến khi chạm phải bức tường giới hạn. Nhưng ngay cả khi đã nhận ra sự bất lực của mình trước cái vô hạn của thế giới hiện tượng, nhiều người trong chúng ta vẫn không từ bỏ được khuynh hướng khát khao tìm hiểu. Ta bị cuốn hút bởi sự tò mò, thắc mắc như một quán tính đã ăn sâu trong tâm thức và không dễ gì từ bỏ. Điều đó khiến ta đôi khi hoang phí rất nhiều thời gian và công sức chỉ để chạy theo những điều hoàn toàn vô ích.

Vì thế, nỗ lực trước tiên của chúng ta khi mới bước vào đạo Phật chính là sự buông bỏ. Đạo Phật dạy ta phải biết buông bỏ những tri kiến, khái niệm không cần thiết cho mục đích hoàn thiện đời sống. Những gì sẵn có còn phải buông bỏ đi, huống gì lại chạy theo tìm kiếm những gì chưa có? Vì vậy, một khi nhận hiểu và chấp nhận giải pháp tiếp cận của đạo Phật với thế giới chung quanh, ta sẽ ngay lập tức buông bỏ được cái gánh nặng khát khao tri thức đã đeo đuổi ta ngay từ khi mới bước vào đời.

Tuy nhiên, việc buông bỏ khuynh hướng truy tìm các khái niệm mới về sự vật, hiện tượng hoàn toàn không có nghĩa là ta không tiếp xúc với thế giới hiện tượng này hay phản bác sự học hỏi, mở rộng tri thức. Vấn đề ở đây là trước hết cần phải nhận thức được bản chất thật sự của mọi sự vật, hiện tượng, và việc học hỏi mở rộng tri thức phải được xem như một phương tiện để phục vụ đời sống chứ không phải là mục đích theo đuổi.

Thật ra, bản chất thực sự của mọi sự vật, hiện tượng vốn đã hàm chứa trong nguyên lý hình thành chúng. Vì tất cả đều do các nhân duyên kết hợp mà thành nên tự thân chúng không hề có một bản thể độc lập, tự tồn tại. Như được mô tả trong bài kệ trên, chẳng những chúng được hình thành do nhân duyên, mà chúng cũng tan rã, hoại diệt tùy thuộc vào nhân duyên. Thế nhưng, tất cả các nhân duyên đều có một tính chất chung là liên tục chuyển biến, không bền vững. Do đó, mọi sự vật, hiện tượng cũng chịu ảnh hưởng của các nhân duyên đã tạo thành chúng, phải liên tục chuyển biến và không có gì bền vững. Quan sát bất kỳ một sự vật, hiện tượng nào quanh ta, ta cũng dễ dàng nhận ra được tính chất thay đổi liên tục và không bền vững của chúng.

Trong kinh Kim Cang, đức Phật dạy rất rõ ràng về ý nghĩa này:

Nhất thiết hữu vi pháp,
Như mộng, ảo, bào, ảnh,
Như lộ diệc như điển,
Ưng tác như thị quán.

(Hết thảy pháp hữu vi,
Như mộng ảo, bọt nước...
Như sương sa, điện chớp,
Nên quán sát như vậy.)

Pháp hữu vi ở đây chỉ đến toàn bộ thế giới hiện tượng được nhận biết qua các giác quan của chúng ta. Và vì chúng được nhận biết qua các giác quan, nên ta luôn có cảm giác như chúng là có thật, là bền chắc và có khả năng tự tồn tại độc lập. Tuy nhiên, nhận thức như thế là hoàn toàn không đúng thật, và vì thế nó luôn dẫn đến những tư tưởng, lời nói và cách hành xử sai lầm, mang lại khổ đau. Điều này sẽ được phân tích kỹ hơn trong một phần sau.

"*Nên quán sát như vậy*", bởi đây không phải một kiểu

luận thuyết được đưa ra nhằm tranh biện hơn thua hay để chứng minh điều này điều nọ... Đây là một phương pháp quán chiếu thiết thực và hữu hiệu nhằm giúp ta cởi bỏ hoặc ít ra cũng làm vơi nhẹ đi gánh nặng phiền não đè nặng trên cuộc sống của ta từ lâu. Và phương pháp đó là một thực tế nhận biết được ngay từ trong cuộc sống, nên chúng ta hoàn toàn có thể chiêm nghiệm và tự mình khẳng định tính chính xác của nó.

Bằng cách nhận thức thế giới hiện tượng đúng thật như bản chất của chúng là vô thường và liên tục thay đổi, ta sẽ gạt bỏ được vô số những cảm xúc buồn đau thất vọng ngay trong cuộc sống thường ngày, từ những mối bận tâm vụn vặt nhất cho đến những vấn đề trọng đại nhất của đời người, như chuyện sống chết của bản thân ta và người thân quanh ta chẳng hạn.

Lấy ví dụ, khi một món đồ quý giá mà ta yêu thích bị trầy xước, hư hỏng, ta thường khó kiềm được sự bực tức, phiền muộn. Nhưng nếu ta nhìn thấu được bản chất của nó là luôn biến đổi và không thể tồn tại mãi mãi, ta sẽ chấp nhận điều đó một cách dễ dàng hơn và nhận ra ngay sự bực tức, phiền muộn của mình là vô lý. Sự hư hỏng của một món đồ vật là điều tất nhiên, chỉ là vấn đề thời gian khác nhau mà thôi. Dù ta có cố gắng giữ gìn cẩn thận đến đâu đi chăng nữa thì rồi cũng phải đến lúc nó hư hỏng. Đó là sự thật. Ta không thể buồn phiền, bực tức vì một sự việc diễn ra theo tự nhiên, đúng như bản chất của nó, bởi vì nếu biết *"quán sát như vậy"* thì ta đã hoàn toàn có thể hình dung được sự việc ngay từ khi nó chưa xảy ra.

Khi một người thân của ta qua đời, ta không thể tránh được sự đau buồn thương tiếc. Nhưng nỗi đau đó chắc chắn sẽ có thể vượt qua dễ dàng hơn nếu ta thấu hiểu và chấp nhận bản chất thật sự của vấn đề. Mọi người ai cũng phải chết, kể cả bản thân ta. Thay vì quá đau thương về cái chết của một người thân - vì điều đó là không thể tránh được, ta hãy xem đó là lời nhắc nhở ta hãy cố gắng sống tốt hơn với những người thân còn lại.

Tất nhiên, không phải mọi hiểu biết về thế giới vật chất đều là vô ích và phải tức thời buông bỏ hết. Vấn đề ở đây là hãy buông bỏ khuynh hướng truy tìm kiến thức một cách không cần thiết, nhất là khi lãnh vực kiến thức đó không liên quan gì đến sự cải thiện cuộc sống của ta. Trong kinh điển, đức Phật có đưa ra ví dụ về một người trúng tên độc nhưng không chịu để cho người khác nhổ tên ra ngay, bởi trước tiên ông ta muốn biết ai là người bắn tên, mũi tên làm bằng loại gỗ gì, cây cung làm bằng gỗ gì v.v... Tất nhiên, người đàn ông tội nghiệp đó đã chết trước khi biết được tất cả những gì muốn biết!

Nếu nhìn thẳng vào bản chất đời sống, mỗi chúng ta đều là người đang trúng tên độc. Chúng ta sinh ra trong cuộc đời đầy rẫy khổ đau với những điều bất như ý. Hạnh phúc và niềm vui đến với ta một cách bất chợt và không dài lâu, trong khi những khó khăn về vật chất cũng như tinh thần thường xuyên vây phủ quanh ta. Chúng ta đối mặt với các dạng khác nhau của khổ đau hầu như ngay từ khi ta bắt đầu hiện hữu trong cuộc đời này. Cho dù có là những người may mắn nhất, ta cũng không thoát khỏi những nỗi khổ như bệnh tật hay chia lìa với người yêu thương... và biết bao nỗi khổ đau khác nữa trước khi trở nên già yếu rồi nhắm mắt xuôi tay theo một quy luật chung không ai tránh khỏi...

Nếu có ai đó là người hoàn toàn mãn nguyện trong cuộc sống, thì chí ít người ấy cũng không thể hài lòng với sự bệnh tật, già yếu và cái chết, trừ phi đó là người đã nhận hiểu và hành trì Phật pháp, bởi Phật pháp chính là phương thuốc "giải độc" mà tất cả chúng ta đang cần đến.

Vì thế, chúng ta nên dành thời gian quý giá của cuộc sống cho mục đích trước tiên là "giải độc". Mọi nỗ lực của ta nên hướng đến việc làm giảm nhẹ khổ đau và cải thiện đời sống, sao cho ta ngày càng có được nhiều niềm vui và hạnh phúc hơn. Trong ý nghĩa đó thì sự truy tìm những kiến thức không thiết thực sẽ là một thái độ kém khôn ngoan và hoang phí thời gian.

Trong cuộc sống, điều tất nhiên là ta vẫn luôn cần đến những phần kiến thức nhất định để có thể mang lại lợi ích chính đáng cho bản thân, gia đình cũng như tất cả mọi người quanh ta. Chỉ riêng những kiến thức như thế cũng đã quá đủ để ta phải thường xuyên trau dồi, học hỏi. Nếu ta không tự nhận biết mình, vẫn duy trì khuynh hướng chạy theo những kiến thức không cần thiết, thì điều tất yếu là ta sẽ không có đủ thời gian để có được tất cả những gì ta muốn, chẳng khác gì người đàn ông dại dột trong ví dụ vừa nêu trên.

Khi tiếp cận với thế giới quanh ta bằng sự hiểu biết về *nhân duyên* và nhận biết được *bản chất vô thường* của mọi sự vật, hiện tượng, chúng ta sẽ như người nắm được trong tay chiếc chìa khóa và ngọn đèn soi để bước vào căn nhà kho hỗn tạp. Cho dù quanh ta ngổn ngang nhiều vật dụng khác nhau, ta vẫn luôn có thể nhìn rõ được giá trị và bản chất của từng món đồ. Vì thế, ta sẽ dễ dàng chọn đúng được những thứ ta cần mà không thấy hoang mang, lạc lối. Nhờ đó, thay vì chịu sự chi phối hoàn toàn của thế giới vật chất, ta sẽ được tự do nhiều hơn trong việc quyết định cuộc đời mình, giảm thiểu đến mức tối đa mọi sự phụ thuộc vào ngoại cảnh.

Thế giới trong ta...

Bước ngoặt quan trọng nhất trong tiến trình nhận thức của con người có lẽ là khi chúng ta bắt đầu nhận thức về chính bản thân mình. Thay vì đặt những câu hỏi về thế giới quanh ta, mỗi chúng ta đều có một thời điểm bất chợt nào đó quay nhìn lại chính mình và đặt ra những câu hỏi đại loại như “Ta là ai?”, “Tại sao ta sinh ra và chết đi?”, “Đời sống của ta có ý nghĩa gì?”...

Khi nhận thức về chính bản thân mình, chúng ta luôn vấp phải những trở ngại hầu như không thể vượt qua. Chẳng hạn, mọi phương thức hình thành các khái niệm mô tả mà ta đã từng áp dụng cho thế giới vật chất đều trở nên không phù hợp để mô tả về bản thân chúng ta. Khi nhận thức về một sự vật, ta luôn có thể thấy được sự vật ấy hình thành từ bao giờ, hình thành như thế nào, tồn tại trong bao lâu và sẽ hư hoại trong những điều kiện nào. Nhưng với tâm thức chúng ta thì hoàn toàn khác. Chúng ta không thể nói được là ta đã bắt đầu hiện hữu từ bao giờ. Tuy có mối tương quan với thể xác vật lý, nhưng ít người trong chúng ta tin rằng tâm thức ta chỉ bắt đầu hiện hữu từ lúc thể xác này sinh ra và sẽ biến mất hoàn toàn sau khi thể xác này tan rã. Có nhiều lý do để chúng ta không thể chấp nhận một quan niệm như vậy, nhưng ngay cả khi ta chấp nhận thì điều đó dường như lại sẽ làm nảy sinh hàng loạt nghi vấn khác...

Một trong những ưu thế lớn nhất của con người là chúng ta có ngôn ngữ và chữ viết. Nhờ đó mà kiến thức và kinh nghiệm của mỗi chúng ta đều có thể chia sẻ với tất cả những người cùng thế hệ cũng như lưu lại cho nhiều thế hệ về sau. Đồng thời, ta cũng thừa hưởng được vô số những kiến thức và kinh nghiệm của biết bao thế hệ trước đây.

Trong chuỗi trao truyền đó, đã có quá nhiều dữ kiện khiến ta không thể chấp nhận được giả thuyết về một tâm thức đoạn diệt, nghĩa là chỉ giới hạn hoàn toàn trong kiếp sống này. Gần đây nhất là hiện tượng tái sinh có chủ định của các vị Lạt-ma Tây Tạng. Không chỉ được nhiều người trực tiếp chứng kiến, các hiện tượng này còn được ghi chép cụ thể, kèm theo nhiều hình ảnh và có cả các đoạn phim cho phép người xem có thể kiểm chứng được tính xác thực của sự việc. Ngoài ra, người ta cũng ghi nhận được rất nhiều trường hợp đặc biệt của những trẻ em có khả năng nhớ lại chính xác một số chi tiết trong đời sống trước đây của chúng. Mặc dù khoa học hiện nay vẫn chưa giải thích được một cách cụ thể về nguyên nhân dẫn đến những trường hợp này, nhưng việc bác bỏ những sự kiện hiển nhiên như thế là điều không thể được.

Nhưng ngay cả trong trường hợp chúng ta không chấp nhận các sự kiện nêu trên và nhất định tin rằng đời sống con người chỉ giới hạn trong phạm vi của một kiếp sống, thì việc tìm ra một ý nghĩa cho sự hiện hữu của mỗi chúng ta trong cuộc đời lại càng trở nên khó khăn hơn. Lẽ nào chúng ta chỉ sinh ra và chết đi như một sự ngẫu nhiên? Và nếu như thế thì sự nỗ lực hoàn thiện bản thân hay xây dựng cộng đồng nào có ích lợi gì, vì tất cả rồi sẽ không còn ý nghĩa gì cả khi ta đã đi qua hết những năm tháng ngắn ngủi của cuộc đời này. Chỉ cần nghĩ đến điều đó thôi, có lẽ chúng ta đã có thể hoàn toàn mất đi tất cả những động cơ cần thiết cho đời sống. Và như vậy, trong một chừng mực nào đó thì đây là một cách suy nghĩ hết sức tai hại.

Trở lại với vấn đề ý nghĩa cuộc sống, hầu hết chúng ta hẳn không ai có thể hài lòng với cái vòng luẩn quẩn "*ăn để sống và sống để ăn*". Khả năng nhận thức về cuộc sống và chính bản thân mình giúp ta thấy được nhiều ý nghĩa và mục tiêu cao cả hơn là việc chỉ đơn thuần kiếm sống qua ngày.

Vì thế, việc đi tìm một lý tưởng cho đời sống hầu như có thể xem là bản năng tinh thần của hết thảy mọi người. Chúng ta khó lòng hình dung được một con người với khả năng tư duy nghiêm túc lại có thể chấp nhận một cuộc sống không mục tiêu, không lý tưởng.

Thế nhưng, mọi lý tưởng hay quan điểm sống dường như đều phải xuất phát từ nhận thức cơ bản nhất về chính bản thân ta, dựa trên mối quan hệ phân biệt giữa bản thân và thế giới chung quanh. Chính vì vậy mà nhân loại đã nảy sinh ít nhất là hai quan điểm khác biệt nhau như đã đề cập đến trong chương trước: *duy tâm* và *duy vật.*

Những người theo quan điểm *duy vật* không thể bác bỏ hoàn toàn quan điểm *duy tâm*, vì có những sự thật hiển nhiên đã từng xảy ra nhưng họ không thể giải thích được. Nhưng ngược lại thì những người *duy tâm* cũng không thể thuyết phục được những người *duy vật*, vì những gì họ tin nhận đã không được chứng minh cụ thể bằng *"những quy luật khách quan"*. Và do đó, tình trạng *"đường ai nấy đi"* trong cuộc tranh cãi bất phân thắng bại này có lẽ sẽ vẫn còn kéo dài dai dẳng không có hồi kết thúc.

Nhưng từ một góc nhìn khách quan và toàn diện hơn thì các quan điểm *duy tâm* hay *duy vật* thật ra đều không giúp chúng ta giải quyết được vấn đề quan trọng nhất của đời người, không giúp chúng ta nhận chân được ý nghĩa thực sự của cuộc đời. Hơn thế nữa, có vẻ như việc chạy theo các ý tưởng về *duy tâm* hay *duy vật* còn khiến cho rất nhiều người trong chúng ta bị lệch hướng.

Đức Phật đã gián tiếp chỉ cho ta thấy sự lệch hướng này khi ngài hoàn toàn không đề cập đến *duy tâm* hay *duy vật* mà chỉ nhấn mạnh vào sự phân tích và nhận hiểu về chính tâm thức con người. Như đã nói, cả hai quan điểm *duy tâm* và *duy vật* đều dựa trên ý niệm căn bản đầu tiên là phân biệt giữa *chủ thể nhận thức* và *đối tượng nhận thức*. Xuất phát từ sự phân biệt này, mọi hành vi ứng xử của ta đều hình thành xoay quanh một *"bản ngã"* được xem là trung tâm điểm và quan trọng nhất. Nói cách khác, dù là *duy tâm* hay *duy vật* thì "*cái ta*" vẫn là quan trọng hơn "*người khác*", vẫn cần phải được quan tâm trước tiên. Và như vậy, sự khác biệt về quan điểm chỉ có thể dẫn đến những cung cách hành xử có phần nào đó khác biệt nhau, nhưng về nền tảng cơ bản thì lại không có gì khác biệt.

Và cái nền tảng cơ bản được xây dựng trên quan điểm về một *"bản ngã có thật"* đó chính là đầu mối của mọi sự khổ đau và bất ổn mà chúng ta luôn tự chuốc lấy về mình. Mọi sự công kích hay gây hại nhắm đến cái *"bản ngã"* đó đương nhiên được xem là đang nhằm vào ta, đang tấn công ta, và vì thế ta cần có những phản ứng thích hợp để tự bảo vệ.

Nhưng liệu cái *"bản ngã"* mà ta mặc nhiên thừa nhận đó có thực sự chính là ta? Đức Phật đã quán chiếu rõ về điều này và bằng kinh nghiệm thực chứng của bản thân, ngài dạy rằng cái *"bản ngã"* đó là hoàn toàn không thật có. Hơn thế nữa, sự nhầm lẫn cho rằng *"bản ngã"* đó thật có lại chính là nguyên nhân dẫn đến tất cả những ưu phiền khổ não trong đời sống. Trong kinh Pháp cú, đức Phật dạy rõ ý nghĩa này:

Con tôi, tài sản tôi,
Người ngu sinh ưu não.
Tự ta, ta không có,
Con đâu, tài sản đâu?

(Kinh Pháp cú, kệ số 62, bản dịch của Hòa thượng Thích Minh Châu)

Khi ngay từ nền tảng cái *"ta"* đã là không có, thì làm gì có những hệ quả tiếp theo như *"vợ con của ta"*, *"tài sản của ta"*...? Và khi tất cả những thứ *"của ta"* đó vốn đã là không có, thì dựa vào đâu ta có thể khởi tâm tham đắm, vướng mắc? Như thế, mọi ưu sầu khổ não sẽ không còn lý do để sinh khởi, mở ra một cuộc sống ung dung tự tại mà không cần đến bất kỳ một phép mầu hay sự cứu rỗi nào.

Tiếc thay, một chân lý sáng tỏ như thế nhưng lại có rất ít người trong chúng ta có thể thực sự nghiêm túc nhận hiểu và làm theo. Vì sao vậy?

Đó là vì sự nhận hiểu về một *"bản ngã thật có"* đã ăn sâu trong tâm thức chúng ta từ nhiều đời, nhiều kiếp, đến nỗi ta hầu như đã mặc nhiên xem đó như một phần nhận thức không thể thay đổi! Hơn thế nữa, suy luận thông thường của chúng ta dường như rất ít khi chạm đến những điểm vốn là hoàn toàn không hợp lý trong sự hình thành khái niệm về *bản ngã*.

Như đã nói, mọi sự vật, hiện tượng đều do nhân duyên tạo thành. Cái được gọi là *"ta"* đó cũng không là ngoại lệ. Nếu như khi phân tích bất kỳ đối tượng nào của thế giới hiện tượng, ta đều nhận ra đó là sự kết hợp của nhiều yếu tố nhân duyên khác nhau, thì khi phân tích về *"cái ta"*, ta cũng có thể nhận thấy một điều tương tự.

Bằng khả năng quán chiếu sâu xa và phân tích chính xác, đức Phật đã mô tả sự cấu thành của mỗi một chúng sinh không gì khác hơn là sự kết hợp của 5 thành phần, được gọi là 5 *uẩn* (蘊), bao gồm *sắc uẩn, thọ uẩn, tưởng uẩn, hành uẩn* và *thức uẩn*.

Chữ *uẩn* (蘊), dịch từ Phạn ngữ *skandha*, hàm nghĩa là "*tích tập, chứa nhóm lại*". Vì thế, các *uẩn* tự chúng đều là những *"hợp thể"* do nhiều yếu tố cấu thành. Chẳng hạn, *sắc uẩn* là một hợp thể của những âm thanh, hình sắc, mùi hương, vị nếm... kết hợp với các giác quan của chúng ta như mắt, tai, mũi, lưỡi... Mỗi một yếu tố trong đó đều là điều kiện cần thiết để tạo thành cái gọi là *sắc uẩn*.

Mỗi chúng sinh được tạo thành từ sự kết hợp của 5 *uẩn*. Trong đó, *sắc uẩn* chỉ chung tất cả những yếu tố thuộc về sắc chất, như hình sắc, âm thanh... trong khi 4 yếu tố còn lại không thuộc về sắc chất..., không thể nhận biết qua các giác quan.

Sắc uẩn cũng bao gồm cả bản thân các giác quan như mắt, tai, mũi, lưỡi... và đối tượng của chúng, vì tất cả đều do vật chất cấu thành. Đây chính là những gì mà những người theo quan điểm *duy vật* có thể quan sát được và chấp nhận.

Thọ uẩn chỉ các cảm thọ sinh khởi khi thân tâm ta tiếp xúc với các đối tượng bên ngoài, như *lạc thọ* (cảm xúc vui thích), *khổ thọ* (cảm xúc khó chịu, không ưa thích), *xả thọ* (cảm xúc không khổ, không vui)...

Tưởng uẩn chỉ sự nhận biết phân biệt đối với các đối tượng sau khi tiếp xúc, như phân biệt được đó là sự vật dài ngắn, lớn nhỏ, xanh vàng trắng đỏ... cho đến phân biệt đó là thiện ác, tà chánh... Cơ chế hoạt động của *tưởng* chính là dựa vào sự truy tìm trong ký ức những hình ảnh, thông tin... của quá khứ có liên quan đến đối tượng, rồi qua đó xác định và khởi lên sự phân biệt.

Hành uẩn chỉ chung tất cả mọi hoạt động tâm lý hay phản ứng của tâm thức, được sinh khởi sau khi tiếp xúc và phân biệt đối tượng, như ưa thích, chán ghét, ngợi khen, chê bai... *Hành* là yếu tố phức tạp vì có phạm vi đề cập rất rộng và có khả năng làm nhân cho các hoạt động khác của thân và tâm, trong khi các uẩn như *sắc, thọ* và *tưởng* chỉ là những hiện tượng hiện hữu mà không tạo nhân. Chính vì thế, *hành uẩn* có hai vai trò phân biệt như sau:

1. *Hành uẩn* có vai trò là *quả*, khi những phản ứng của tâm thức là kết quả được tạo thành do những điều kiện, những yếu tố khác;

2. *Hành uẩn* có vai trò là *nhân*, khi những phản ứng của tâm thức trở thành điều kiện dẫn đến các hành vi, hoạt động của thân, khẩu, ý. Trong ý nghĩa này, các hoạt động của thân, khẩu và ý chính là sự biểu hiện của *hành uẩn*, là kết quả sự tác động của *hành uẩn*.

Thành phần cuối cùng trong 5 *uẩn* là *thức uẩn*, chỉ chung công năng của *thức* (sự nhận biết) được biểu hiện ở các giác quan, như ở mắt có *nhãn thức*, ở tai có *nhĩ thức*... cho đến *ý thức*.

Sự phân tích toàn bộ kết cấu thân tâm của mỗi chúng sinh thành 5 *uẩn* là một nhận thức khái quát hết sức quan trọng, bởi nó bao gồm được tất cả những yếu tố thực sự tham gia cấu thành cái hợp thể chung được gọi là *"ta"*, trong đó có cả các thành phần hữu hình lẫn vô hình. Hơn thế nữa, sự phân tích này giúp ta thấy rõ rằng mọi sự biểu hiện qua tư tưởng, lời nói và hành vi mà ta vẫn xem như là một *"cái ta"* có thật, tồn tại độc lập với thế giới quanh ta, thì thật ra chỉ là một chuỗi tiếp nối những phản ứng vật lý và tâm lý nảy sinh theo quy luật nhân quả. Tuy nhiên, trong suốt quá trình đó, do tác dụng thúc đẩy của các phản ứng tâm như *tham, sân, si*... chúng ta nảy sinh sự tác ý, hướng các ý tưởng, lời nói hay hành vi của mình theo sự hiền thiện hay xấu ác, do đó mà tạo thành nghiệp quả nối dài không dứt.

Gieo nhân gặt quả

Vào khoảng những năm cuối thập niên 70 của thế kỷ trước, tôi đã có thời gian sống tĩnh mịch giữa một vùng đất hoang vu với rừng cây vây quanh. Xin đừng hiểu lầm, tôi không đến vùng đất này để ẩn tu hay suy ngẫm thế sự, mà mục đích chính chỉ đơn giản là để khai khẩn đất đai trồng các loại nông sản như đậu xanh, đậu phộng, bắp (ngô)... Vào thời gian đó, đây là phương tiện kiếm sống hầu như duy nhất của gia đình tôi. Mặc dù vậy, nhờ vào sự thích hợp của môi trường sống nên phải thừa nhận rằng đây là quãng thời gian tôi đã có được những thành tựu, tiến bộ hết sức đáng kể về mặt tinh thần.

Sống giữa thiên nhiên và không có nhu cầu giao tiếp, thời gian đó tôi được trải nghiệm cảm giác của một con người gần như hoàn toàn vô tư và... vô sản. Ngoài một số rất ít những thứ thiết yếu như quần áo, xoong nồi, cuốc xẻng... nơi tôi sống hầu như chẳng có gì giá trị. Những gì tôi đang sở hữu, nếu có thể gọi như thế, đều nằm cả trên khu đất rẫy với các loại cây trồng. Nhu cầu cuộc sống hằng ngày chẳng có gì nhiều và những bữa ăn thì thường xuyên đơn sơ đến mức có thể tự chuẩn bị chỉ trong mười, mười lăm phút. Rau xanh không phải trồng, vì chỉ cần hái rau dại, vừa tươi ngon phong phú, có thể tha hồ đổi món mỗi ngày, lại hoàn toàn không mất tiền mua. Ngoài một ít lương thực dự trữ tối thiểu như gạo, muối... thỉnh thoảng cần được tiếp tế, còn thì tất cả đều sẵn có tại chỗ.

Cuộc sống thật bình yên, hầu như không có gì khuấy động. Bài toán duy nhất mà tôi phải bận tâm giải quyết trong năm là vào đầu mùa mưa phải phân bổ, sắp xếp các loại cây trồng trên toàn khu đất rẫy sao cho hợp lý và hiệu quả. Chẳng hạn, những nơi đất có độ xốp cao nên trồng đậu phộng, phần đất đen pha sỏi rất thích hợp để trồng đậu xanh, trong khi một số phần đất khác chỉ thích hợp để trồng bắp đỏ...

Sau khi gieo hạt xong, mọi thứ gần như đều tự chúng phát triển và công việc chăm sóc hằng ngày rất đơn giản, tuy có phần hơi nhọc nhằn, vất vả nhưng lại chẳng có gì để phải bận tâm suy nghĩ.

Mà quả thật đâu có gì để phải bận tâm suy nghĩ? Khi bạn đã gieo hạt đậu trên một phần đất nào đó, thì điều tự nhiên và chắc chắn là bạn sẽ nhìn thấy những cây đậu mọc lên. Sau một quá trình chăm sóc thích hợp, bạn sẽ thu hái được những quả đậu để tách lấy hạt... Ngược lại, ở những nơi bạn đã gieo hạt bắp, thì điều tất nhiên là bạn chỉ có thể mong đợi sẽ thu hoạch được những quả bắp.

Nếu gọi đây là một nguyên tắc, thì có lẽ nó là nguyên tắc đơn giản và dễ hiểu nhất trong thế giới tự nhiên. Hẳn bạn không cần phải chờ đợi một sự chứng minh hay biện luận gì thêm mới tin vào tính đúng đắn của nguyên tắc này. Thật quá đơn giản phải không? Bạn trồng đậu và thu hái đậu, hoặc trồng bắp và thu hái bắp! Hay nói một cách khái quát hơn, bạn gieo nhân nào sẽ gặt quả nấy. Thế thôi!

Nhưng một khi ta mở rộng nguyên tắc này đến những phạm trù trừu tượng hơn, vấn đề sẽ không còn đơn giản nữa. Chẳng hạn, khi cần đến lời khuyên ứng xử từ một bậc trưởng thượng nào đó, bạn có thể nhận được những chỉ dẫn đại loại như: “Gieo gió gặt bão”, “Gieo nhân lành gặt quả tốt”, “Gieo nhân ác gặt quả xấu”... Những cái *nhân* được đề cập ở đây như là “*nhân lành*”, “*nhân ác*”... hoàn toàn không cụ thể và dễ nhận biết như những hạt đậu, hạt bắp... Và vì thế, nếu cần phải chứng minh một cách cụ thể những phát biểu như trên, bạn có thể sẽ phải hết sức bối rối!

Tuy nhiên, để đưa ra những khái niệm phân biệt "*nhân ác*", "*nhân lành*", dù có phần trừu tượng nhưng cũng là việc có thể làm, vì chúng ta vẫn tìm được những tiêu chí khác nhau để thẩm định, phân biệt. Nhưng vấn đề trở nên phức tạp hơn nhiều khi chúng ta buộc phải đi tìm một mối liên hệ cụ thể giữa "*nhân*" và "*quả*" trong những trường hợp này.

Chúng ta có thể quan sát và đo đếm được quãng thời gian cụ thể từ khi gieo hạt đậu cho đến khi thu hái quả đậu. Nhưng điều này hoàn toàn không thể thực hiện được trong trường hợp quan sát mối liên hệ giữa *"nhân lành"* và *"quả tốt"* hay *"nhân ác"* và *"quả xấu"*. Nếu chúng ta chấp nhận tính đúng đắn của nguyên tắc này thì điều đó chỉ có thể là dựa vào sự trực nhận và niềm tin chứ không thể đòi hỏi một sự chứng minh cụ thể thông qua các biểu hiện trong thế giới vật chất.

Người đầu tiên đưa ra phát biểu về nhân quả theo cách như trên chính là đức Phật. Hơn thế nữa, những lời dạy của ngài còn hình thành cả một hệ thống lý luận chặt chẽ dựa trên nguyên lý nhân quả. Đức Phật dạy rằng, mỗi một hành vi của chúng ta đều tạo thành những kết quả tương ứng, cũng tương tự như những hạt đậu sau khi gieo xuống đất sẽ nảy mầm thành cây đậu. Những hành vi tốt đẹp sẽ mang lại kết quả tốt đẹp, nghiệp lành, hay *thiện nghiệp*; những hành vi xấu ác sẽ dẫn đến kết quả không tốt đẹp, nghiệp xấu, hay *ác nghiệp*. Tuy nhiên, do tiến trình nhân quả này phức tạp hơn nhiều so với sự nảy mầm của cây đậu, cây bắp... nên có rất nhiều yếu tố liên quan cần phải xét đến mới có thể thấu hiểu được.

Đối với chúng ta, việc chứng minh cụ thể về tính chính xác của những điều nói trên là hoàn toàn không thể được. Bạn chỉ có thể tin hoặc không tin, và điều đó là quyền lựa chọn của bạn. Tuy nhiên, tôi sẽ cố gắng đưa ra một số đề nghị về sự chọn lựa này, và sẽ được trình bày trong phần sau của tập sách. Nhưng nếu bạn không tự mình vận dụng sự suy xét phán đoán của bản thân mà cứ nhất định muốn tôi hay bất kỳ ai đó hãy chứng minh một cách cụ thể những điều nói trên, thì có lẽ bạn sẽ không bao giờ được thỏa mãn, đơn giản chỉ là vì trong giới hạn đời sống hiện tại của chúng ta thì đó là điều không thể làm được.

Tuy nhiên, đối với đức Phật thì vấn đề hoàn toàn khác biệt. Sau khi chứng ngộ, ngài có được khả năng nhìn thấu suốt và hiểu được một cách rõ ràng, minh bạch về nghiệp quả của mọi chúng sinh cũng như chính bản thân ngài trong vô số kiếp đã qua. Trong kinh *Mahasaccaka* thuộc Trung bộ kinh, đức Phật mô tả về năng lực của ngài sau khi chứng đạo như sau:

> *Với tâm định tĩnh, thuần tịnh trong sáng không cấu nhiễm, không phiền não, nhu nhuyến, dễ sử dụng, vững chắc, bình tĩnh như vậy, Ta dẫn tâm, hướng tâm đến Túc mạng minh. Ta nhớ đến các đời sống quá khứ, như một đời, hai đời, ba đời, bốn đời, năm đời, mười đời, hai mươi đời, ba mươi đời, bốn mươi đời, năm mươi đời, một trăm đời, một ngàn đời, một trăm ngàn đời, nhiều hoại kiếp, nhiều thành kiếp, nhiều hoại và thành kiếp. Ta nhớ rằng: "Tại chỗ kia, ta có tên như thế này, dòng họ như thế này, giai cấp như thế này, thọ khổ lạc như thế này, tuổi thọ đến mức như thế này. Sau khi chết tại chỗ kia, ta được sanh ra tại chỗ nọ. Tại chỗ ấy, ta có tên như thế này, dòng họ như thế này, giai cấp như thế này, thọ khổ lạc như thế này, tuổi thọ đến mức như thế này." Như vậy, ta nhớ đến nhiều đời sống quá khứ cùng với các nét đại cương và các chi tiết...*
>
> (Trung bộ kinh, kinh số 36 - Mahasaccaka, bản dịch của Hòa thượng Thích Minh Châu)

Không những có khả năng nhớ lại và thấy biết rõ về nhiều đời sống quá khứ của chính mình, đức Phật còn có khả năng thấy biết rõ ràng về đời sống của tất cả chúng sinh, thấu suốt được những nguyên nhân nào đã dẫn đến những kết quả nào trong đời sống của mỗi chúng sinh. Ngài nói rõ về điều này cũng trong bản kinh vừa trích dẫn trên như sau:

> *Với tâm định tĩnh, thuần tịnh trong sáng không cấu nhiễm, không phiền não, nhu nhuyến, dễ sử dụng, vững chắc, bình tĩnh như vậy, ta dẫn tâm, hướng tâm đến trí tuệ về sanh tử của chúng sanh. Ta với thiên nhãn thuần tịnh, siêu nhân, thấy sự sống và chết của chúng sanh. Ta biết rõ rằng chúng sanh, người hạ liệt kẻ cao sang, người đẹp đẽ, kẻ thô xấu, người may mắn, kẻ bất hạnh đều do hạnh nghiệp của họ. Những chúng sanh làm những ác hạnh về thân, lời và ý, phỉ báng các bậc Thánh, theo tà kiến, tạo các nghiệp theo tà kiến; những người này, sau khi thân hoại mạng chung, phải sanh vào cõi dữ, ác thú, đọa xứ, địa ngục. Còn những chúng sanh nào làm những thiện hạnh về thân, lời và ý, không phỉ báng các bậc Thánh, theo chánh kiến, tạo các nghiệp theo chánh kiến; những vị này sau khi thân hoại mạng chung, được sanh lên các thiện thú, cõi trời, trên đời này. Như vậy, ta với thiên nhãn thuần tịnh, siêu nhân, thấy sự sống chết của chúng sanh. Ta biết rõ rằng chúng sanh, người hạ liệt, kẻ cao sang, người đẹp đẽ, kẻ thô xấu, người may mắn, kẻ bất hạnh, đều do hạnh nghiệp của họ.*
>
> (Trung bộ kinh, kinh số 36 - Mahasaccaka, bản dịch của Hòa thượng Thích Minh Châu)

Như vậy, đức Phật đã có thể nhìn thấy rõ tất cả chúng sinh và nghiệp quả của họ trong nhiều đời, nhiều kiếp. Ngài thấy rõ do những hành vi như thế này dẫn đến nghiệp quả như thế này, hoặc do những hành vi như thế kia dẫn đến nghiệp quả như thế kia... Tất cả những điều đó đối với ngài trở nên đơn giản và rõ ràng giống như khi chúng ta quan sát tiến trình nảy mầm của một hạt đậu để trở thành một cây đậu và cho quả đậu!

Và một khi sự việc đã trở nên đơn giản đến thế thì còn cần gì phải giải thích hay chứng minh? Vì thế, nguyên lý nhân quả được đức Phật nêu ra như một chân lý hiển nhiên, một tiến trình tất yếu mà chúng ta dù muốn hay không vẫn phải chấp nhận.

Nhưng để chứng minh điều này với những con người bình thường như chúng ta, chưa có được trí tuệ và năng lực sáng suốt của một vị Phật, thì đức Phật cũng không thể làm gì khác hơn ngoài việc đưa ra những xác tín về sự thấy biết của ngài. Đơn giản chỉ vì chúng ta không có khả năng nhìn thấy rõ tiến trình nhân quả như ngài, nên không có cách nào để chỉ ra cho ta thấy được. Cũng tương tự như khi bạn muốn chỉ cho một người mù thấy được tiến trình nảy mầm và kết quả của cây đậu, cây bắp... điều đó sẽ là không thể được, bởi họ không có khả năng nhìn thấy. Đức Phật dạy rằng, do sự che lấp của vô minh và nghiệp lực nên chúng ta cũng giống như những người mù, không có khả năng nhìn thấu suốt tiến trình nhân quả của bản thân ta cũng như của mọi người khác quanh ta.

Với trí tuệ của bậc giác ngộ, đức Phật đã nhìn thấy toàn bộ tiến trình nhân quả. Và vì điều đó là cực kỳ quan trọng để giúp chúng ta tu tập tiến bộ trên con đường tâm linh, nên đức Phật đã để lại những lời dạy hết sức cặn kẽ về lý nhân quả trong nhiều kinh điển, nhằm giúp chúng ta có thể hiểu và tin nhận được những điều mà bản thân ta chưa đủ khả năng nhìn thấy một cách toàn diện. Một khi chúng ta có thể đặt niềm tin vào đức Phật, chúng ta sẽ thấy rằng việc tin nhận những lời dạy của ngài về nhân quả là điều tất yếu và mang lại rất nhiều lợi ích.

Ví như có một đứa con chưa từng đi xa, không có bất kỳ sự hiểu biết trực tiếp nào về con đường và nơi mình sắp đi đến; đứa con ấy cần phải tin tưởng và nghe theo những chỉ dẫn của người cha, là người có đầy đủ kiến thức, hiểu biết thấu suốt và toàn diện về nơi mà người con ấy sắp đi đến. Kiến thức của người cha và tình thương đối với đứa con là những yếu tố không thể đặt nghi vấn, nên người con có thể tin nhận mà không cần đòi hỏi gì khác. Cũng giống như thế, tâm từ bi và trí tuệ của đức Phật là những yếu tố không thể đặt nghi vấn, và người Phật tử cần phải tin nhận nếu muốn hướng đến một cuộc sống tốt đẹp hơn.

Tuy nhiên, nói như thế không có nghĩa là chúng ta hoàn toàn không thể phán đoán suy xét gì đối với những lời dạy của đức Phật về nhân quả. Ngược lại là khác. Vì chúng ta hoàn toàn có thể tự mình kiểm chứng, chiêm nghiệm mỗi vấn đề xảy đến cho chính bản thân ta và mang ra soi rọi dưới ánh sáng của lý nhân quả để thấy được tính chính xác và hợp lý của nó.

Lấy ví dụ, khi ta được chỉ dẫn đường đi ở một thành phố xa lạ, ta không có cách gì để biết được ngay rằng những chỉ dẫn mình đã nhận được từ ai đó là chính xác hay không. Tuy nhiên, khi bắt đầu đi theo những chỉ dẫn đó, ta sẽ có khả năng kiểm chứng, đối chiếu những chỉ dẫn này với những gì ta nhìn thấy trên đường đi, qua đó ta có thể tiếp tục đặt niềm tin vào những chỉ dẫn này hoặc nhận ra sự sai lệch và quyết định tìm kiếm những chỉ dẫn từ một người khác.

Cũng vậy, chúng ta không thể tức thời biết được ngay rằng những chỉ dẫn của đức Phật về con đường dẫn đến sự giải thoát có hoàn toàn là chính xác hay không, nhưng qua việc khởi sự thực hành những lời dạy của ngài, ta sẽ có khả năng chiêm nghiệm, phán xét những kết quả đạt được và những lợi lạc từ đó sẽ giúp ta củng cố niềm tin sâu vững vào những lời dạy của đức Phật. Chính trong ý nghĩa này mà kinh *Duy-ma-cật* có dạy rằng: *"Tùy kỳ phát hành tắc đắc thâm tâm."* (Từ chỗ khởi làm mà có được lòng tin sâu vững.)[1]

Những gì đức Phật dạy về nhân quả cũng thế. Tuy chúng ta không có khả năng nhìn thấu suốt và toàn diện như đức Phật để thấy rõ nhân quả, nhưng ta có thể nhận biết rõ ràng những kết quả thực hành ngay trước mắt. Ta cũng có thể phán xét, chiêm nghiệm để thấy rõ tính chính xác và hợp lý của những lời dạy đó.

Khi đức Phật dạy rằng những hành vi xấu ác sẽ dẫn đến những kết quả xấu, những ác nghiệp, thì mặc dù ta không thể nhìn thấy ngay những ác nghiệp đó, ta vẫn có thể nhận biết phần nào tính chính xác và hợp lý của lời dạy này qua việc phán xét và chiêm nghiệm những gì quan sát được ngay trong hiện tại.

Khi một tư tưởng, lời nói hay hành vi xấu ác được thực hiện, ta có thể dễ dàng nhận ra những tác động tức thời của nó đối với tâm thức ta. Đó là vì, mỗi một tư tưởng, lời nói hay hành vi xấu ác đều luôn đi kèm với những trạng thái tâm tương ứng như tham lam, sân hận, si mê, ganh ghét, đố kỵ, oán hờn, ích kỷ... được gọi chung là những tâm niệm xấu. Những tâm niệm xấu như thế luôn khiến ta rơi vào tâm trạng bực dọc, khó chịu, căng thẳng, lo lắng và bất an. Chúng đốt cháy mọi sự an ổn, thanh thản trong ta, khiến ta không thể cảm nhận được bất kỳ niềm vui nào, cho dù quanh ta có sẵn có mọi nguồn vui.

Ngược lại, khi ta khởi sinh những tư tưởng hiền thiện, nói ra hoặc thực hành những điều tốt đẹp, lợi mình lợi người, thì tự thân việc đó đã mang đến cho ta những niềm vui tức thời, không phải chờ đợi qua thời gian mới nhận biết được.

---

[1] Duy-ma-cật sở thuyết kinh, quyển thượng, phẩm thứ nhất.

Trong lòng ta thấy an vui, thanh thản nhờ vào những việc tốt đã làm, và điều đó diễn ra một cách hoàn toàn tự nhiên, không cần đến bất kỳ tác động nào khác từ bên ngoài.

Như thế, cho dù ta không có khả năng nhìn thấu suốt để thấy được nghiệp quả mai sau như đức Phật, nhưng ta vẫn có thể phán xét và phân biệt được sự khác biệt rất rõ ràng những kết quả mang lại bởi việc tốt và việc xấu là khác nhau như thế nào. Ta cũng có thể tự mình trực nhận được điều đó trong tâm hồn mà không cần đến một sự giải thích hay chứng minh nào từ người khác.

Tuy nhiên, có lẽ điều mà hầu hết chúng ta dễ nảy sinh nghi vấn nhất là: tiến trình nhân quả đã diễn ra như thế nào? Bởi vì, do không thể quan sát được một cách toàn diện, ta không thể hiểu được vì sao giữa *nhân* và *quả* vẫn luôn giữ được mối tương quan chặt chẽ ngay cả khi có những cách biệt rất xa về không gian và thời gian. Như đã nói, điều này hoàn toàn khác biệt với trường hợp của hạt đậu nảy mầm thành cây đậu, bởi nó vượt ngoài khả năng quan sát của chúng ta. Một người tạo nghiệp tại đây, vào lúc này, nhưng rồi lại thọ lãnh nghiệp quả tại một nơi khác, vào lúc khác, và rất thường là trong một đời sống khác... Như vậy, mối quan hệ vượt thời gian và không gian giữa *nhân* và *quả* phải được chứng minh hoặc giải thích như thế nào?

Đức Phật đã giải thích về điều này rất cụ thể và chi tiết, nhằm giúp chúng ta có thể nhận hiểu được vấn đề một cách toàn diện và chính xác chứ không chỉ đơn thuần là nghe qua và tin nhận. Về mối tương quan giữa nhân và quả, đức Phật chỉ rõ rằng đó là một tiến trình liên tục thông qua sự ghi nhận và lưu giữ trong tâm thức chúng ta. Chính dòng tâm thức tương tục của mỗi chúng sinh đã đóng vai trò kết nối trong tiến trình nhân quả. Mỗi một tư tưởng, lời nói hay hành vi khi thực hiện đều để lại một dấu ấn tương ứng trong dòng tâm thức. Đạo Phật gọi những dấu ấn đó là *chủng tử*, nghĩa là những hạt giống, trong ý nghĩa là chúng sẽ nảy sinh thành các kết quả tương ứng sau khi đã được gieo vào tâm thức. Trong tâm thức phức tạp của mỗi chúng sinh, phần lưu giữ những hạt giống này được gọi là *tạng thức*.

Chữ *tạng* (藏) có nghĩa là chất chứa, cất giữ, nên *tạng thức* chính là cái kho vô hình chất chứa, cất giữ mọi *chủng tử*, tốt cũng như xấu. Cho đến một thời điểm nhất định nào đó, với những điều kiện thích hợp, mỗi *chủng tử* sẽ hiện hành để tạo ra một kết quả nhất định nào đó mà chúng sinh đã tạo nghiệp nhất thiết phải nhận lãnh. Do đó mà đức Phật dạy:

> *Ta biết rõ rằng chúng sanh, người hạ liệt, kẻ cao sang, người đẹp đẽ, kẻ thô xấu, người may mắn, kẻ bất hạnh, đều do hạnh nghiệp của họ.*

Với một tầm nhìn thấu suốt và toàn diện, đức Phật đã nói ra điều này như một mô tả hết sức đơn giản và tất yếu. Mỗi chúng sinh tự mình tạo ra những nghiệp lành dữ, tốt xấu khác nhau, và vì thế mà họ phải nhận lãnh những kết quả tốt xấu không giống nhau. Thật đơn giản! Hoàn toàn không khác gì khi ta gieo trồng những hạt đậu, hạt bắp và rồi thu hoạch những quả đậu, quả bắp...

Từ giản đơn đến phức tạp và rồi từ phức tạp đến giản đơn, đó là những gì chúng ta có thể nói về lý nhân quả trong đạo Phật. Giản đơn, vì đó là điều gần như tất yếu và không cần giải thích, chỉ cần quan sát thực tiễn thì bất cứ ai trong chúng ta cũng đều có thể thấy biết và tin nhận; và phức tạp vì khi nhân quả vượt ra ngoài khả năng quan sát trong hiện tại của chúng ta thì việc tin nhận hầu như phải dựa trên niềm tin và sự phán xét, suy luận nhiều hơn là trực tiếp thấy biết.

Như tôi đã nói ở một phần trên, việc chứng minh mối quan hệ nhân quả bằng những biểu hiện cụ thể trong thế giới vật chất là điều không thể được, vì phần lớn các tiến trình này diễn ra vượt quá thời gian của một kiếp người. Nếu chúng ta muốn tự mình thấy biết và thấu hiểu về nhân quả, chỉ có một cách duy nhất là ta phải nỗ lực tu tập để đạt được trí tuệ giác ngộ như đức Phật. Một khi thời điểm đó vẫn còn chưa đến, thì sự thấy biết của ta về nhân quả tất nhiên sẽ còn nhiều giới hạn, và có những phạm vi mà ta chỉ có thể tin hoặc không tin chứ không thể đòi hỏi sự chứng minh cụ thể.

Và như vậy, điều gì sẽ xảy ra nếu có những chúng sinh không tin vào nhân quả? Đức Phật đã nhìn thấy trước mọi vấn đề, vì thế trong kinh Pháp cú ngài có những lời dạy rất rõ:

Ai bác bỏ đời sau,
Không ác nào không làm.

(Kinh Pháp cú, kệ số 176, bản dịch của Hòa thượng Thích Minh Châu)

"*Bác bỏ đời sau*" cũng hàm nghĩa là không tin vào nhân quả, bởi như đã nói, tiến trình nhân quả đa phần không diễn ra tức thời hay trong phạm vi giới hạn của một kiếp sống này. Chính vì vậy, trước mắt ta có thể vẫn luôn đầy rẫy những cảnh chướng tai gai mắt, trái nghịch nhân quả... Có những kẻ gian tham, xảo quyệt lại hầu như luôn sống trong nhà cao cửa rộng, giàu sang phú quý, còn người hiền lương chân chất thì luôn phải lận đận lao đao chuyện cơm áo, nói gì đến tận hưởng những tiện nghi đời sống! Những nghịch lý đó không có lời giải đáp trong hiện tại, đành phó mặc cho cái gọi là "số mạng" hay "định mệnh"...

Chính vì thế mà những ai đã không tin vào nhân quả, bác bỏ đời sau thì sẽ không còn gì phải e sợ trước những hành vi xấu ác. Gian xảo cũng được, lường gạt cũng xong... miễn là hành vi đó, thủ đoạn đó có thể mang đến cho họ những lợi ích ngay trước mắt. Và chính vì thế mà đối với họ thì *"không ác nào không làm"*!

Hơn thế nữa, một khi đã bác bỏ đời sau thì cái gọi là "công lý" hầu như rất khó đặt niềm tin vào. Trong xã hội có biết bao kẻ lọc lừa gian xảo, buôn gian bán lận, ngay trước mắt họ là những khoản lợi nhuận kếch xù, giúp cho bản thân họ và gia đình luôn được sung túc, đầy đủ, mà đâu có gì bảo đảm là họ sẽ phải chịu quả báo xấu? Ngay cả cái công lý cụ thể nhất là pháp luật của xã hội, thì sự thực thi vẫn không phải bao giờ cũng tuyệt đối hoàn hảo, vẫn còn không ít kẻ có thể luồn lách vượt qua, để rồi sống ung dung ngoài vòng pháp luật mà chẳng ai làm gì được họ. Nếu những người như thế vẫn có thể được sống yên thân đến cuối đời - mà ta có thể tìm thấy không ít người như thế - thì lý nhân quả đâu có đáng để tin theo? Gần đây nhất là vụ sữa bột giả tại Trung Quốc mà tác hại có thể khiến cho tất cả chúng ta đều phải rùng mình kinh sợ! Những kẻ kinh doanh vô đạo đức đã khai thác lợi nhuận trước mắt bằng cách tung ra hàng trăm tấn sữa bột giả, lợi dụng sự nghèo khó và thiếu kiến thức của người dân ở các vùng quê tại Trung Quốc. Nhà chức trách chỉ bắt đầu vào cuộc sau khi có hàng loạt trẻ em tử vong vì suy dinh dưỡng sau một thời gian dùng sữa giả. Thế nhưng, kết quả được biết sau đó chắc chắn không làm cho bất cứ ai trong chúng ta cảm thấy hài lòng. Quá ít người phải chịu trách nhiệm hoặc nhận sự trừng phạt, trong khi con số các nạn nhân chịu tác hại và những đau khổ mà người thân các em phải gánh chịu thì không sao đo đếm nổi! Hơn thế nữa, cho dù sự việc đã được phát hiện từ khoảng năm 2004 nhưng cho đến nay vẫn chưa chấm dứt, và vấn đề còn tồi tệ hơn nữa khi ngoài sữa giả (kém chất lượng, thiếu dinh dưỡng) còn có thêm sữa độc (chứa *melamin* gây tác hại chết người)! Không ai trong chúng ta có thể tin được rằng chính quyền có đủ khả năng để trừng trị hết tất cả những kẻ tham gia vào hành vi kinh doanh vô đạo đức này.

Ngoài ra còn có rất nhiều trường hợp mà kẻ xấu ác thực sự không thể nào trả hết những món nợ họ đã gây ra. Như những kẻ diệt chủng ở Campuchia trong giai đoạn 1975-1979, liệu cái chết của cá nhân họ có thể xem là kết quả tương xứng với biết bao khổ đau mà họ đã gây ra cho hàng triệu người khác hay chăng?

Rõ ràng là, khi bác bỏ niềm tin về một đời sống khác sau khi chết, bức tranh cuộc sống sẽ trở nên vô cùng ảm đạm và đầy bất công đối với tất cả chúng ta. Chính điều này có thể sẽ khiến cho chúng ta đánh mất đi rất nhiều động cơ tốt đẹp trong đời sống.

Chính vì vậy, ngay cả đối với những ai chưa đặt niềm tin vào đức Phật và lời dạy của ngài, thì nguyên lý nhân quả vẫn phải được xem là giả thuyết hợp lý nhất trong mọi giả thuyết. Và việc tin nhận nhân quả sẽ giúp thắp lên ngọn lửa niềm tin trong cuộc sống, thay vì là sự ray rứt, bất an và bất mãn trước những thấy biết giới hạn của chúng ta trong kiếp sống này.

Về mối liên hệ giữa nhân và quả dựa trên sự tương tục của dòng tâm thức, không ít người đã đặt ra vấn đề tìm kiếm những bằng cứ xác đáng, cụ thể. Trong chừng mực giới hạn của khoa học hiện nay thì có vẻ như điều đó vẫn chưa thể được đáp ứng. Tuy nhiên, chúng ta vẫn có thể có được ít nhiều những phán xét và lập luận liên quan, có thể giúp tiếp cận vấn đề này một cách dễ dàng hơn.

Trước hết, tôi muốn đề cập đến những trường hợp mà hầu hết chúng ta đều đã từng nghe nói đến. Đó là những trường hợp "chết đi sống lại". Nói một cách nôm na thì có một số người sau khi đã chết đi một thời gian, theo xác nhận của những người thân quanh họ, bỗng đột nhiên sống lại một cách rất khó giải thích. Khoảng thời gian "chết đi" thường không giống nhau, có khi chỉ vài giờ đồng hồ, nhưng có trường hợp kéo dài đến một, hai ngày rồi đương sự mới "sống lại".

Mặc dù trong những trường hợp này, dấu hiệu của sự sống đã hoàn toàn không còn nhận thấy được nữa đối với những người chung quanh, chẳng hạn như ngừng thở, cơ thể bất động, toàn thân lạnh..., nhưng rồi bỗng dưng sự sống trở lại với họ - không duyên cớ! Một số người có thể "chết thật" sau đó một thời gian ngắn, nhưng cũng có nhiều người sau khi "sống lại" còn tiếp tục sống đến nhiều năm sau nữa.

Một số người lý giải rằng đó là những trường hợp mà người ta chưa thực sự chết hẳn. Tuy nhiên, những người trong cuộc thì hoàn toàn không chấp nhận giải thích này, vì họ đã quan sát được rất rõ những dấu hiệu của sự chết cũng như đã trải qua đủ thời gian để khẳng định điều đó. Vấn đề trở nên rõ ràng hơn khi chúng ta xét đến những tường trình về các trường hợp tương tự đã được đưa ra từ một số bệnh viện lớn ở phương Tây, khi mà các thiết bị máy móc tối tân đã được sử dụng để xác nhận chắc chắn những dấu hiệu của cái chết. Có những người "sống lại" sau khi đã bị mang bỏ vào nhà xác của bệnh viện!

Đến đây thì người ta buộc phải thừa nhận là có một sự thật như thế, cho dù chúng ta chưa thể giải thích được nguyên nhân là do đâu. Trong một bài giảng, đức Đạt-lai Lạt-ma thứ XIV có đề cập đến vấn đề này. Ngài nói:

> *... there are occasionally cases of people who after a long illness become so physically weak that their heartbeat and all physical functions stop. Entering into such a deep coma that no physical activity or function can be perceived, the doctor declares them clinically dead. However, sometimes after a few*

minutes or even hours, despite the apparent lack of physical activity, the person starts breathing again, the heart starts beating, and physical functions are regained. This revival, despite the previous cessation of all physical functions...[1]

[...đôi khi có những người bệnh sau một thời gian dài trở nên yếu ớt đến nỗi mất hẳn nhịp tim và mọi chức năng cơ thể đều ngưng hoạt động. Họ rơi vào tình trạng hôn mê sâu đến nỗi không một hoạt động cơ thể hay chức năng nào được nhận ra, và về mặt lâm sàng bác sĩ tuyên bố là họ đã chết. Tuy nhiên, có khi sau đó vài phút, thậm chí nhiều giờ, mặc dù rõ ràng là không có các hoạt động cơ thể, người bệnh đó [bỗng nhiên] bắt đầu thở lại, tim bắt đầu đập và các chức năng vật lý được phục hồi. Sự hồi sinh này, bất chấp sự ngưng hoạt động trước đó của mọi chức năng vật lý...][2]

Như vậy, điều này có ý nghĩa gì? Trong một chừng mực nào đó, điều này cho thấy một cách rõ ràng là phải có sự tồn tại của một yếu tố vô hình phi vật chất nào đó trong khoảng thời gian giữa lúc một người được xem là "chết đi" cho đến lúc họ "sống lại". Vì nếu không có yếu tố này thì sự sống không thể tự nó sinh khởi từ một thể xác đã chết hoàn toàn - nghĩa là về mặt sinh học không còn có bất kỳ dấu hiệu sống nào nữa cả - mà chỉ có thể là sự tiếp nối sự sống trước đó. Và nếu như trong sự sống của con người quả thật có tồn tại một yếu tố phi vật chất nằm ngoài khả năng nhận biết của khoa học hiện nay, thì yếu tố đó cũng có khả năng sẽ tiếp tục tồn tại sau khi chết để rồi trở thành nhân tố khởi đầu cho một đời sống khác.

---

[1] Trích từ The principal aspects of the path - Cho Yang, The Voice of Tibetan Religion and Culture, Year of Tibet Edition - Lobsang Jordhen dịch từ tiếng Tây Tạng sang tiếng Anh.

[2] Ba điểm tinh yếu trên đường tu tập - NXB Tôn giáo, 2010 - Tiểu Nhỏ dịch từ Anh ngữ sang Việt ngữ.

Bàn về một yếu tố phi vật chất như thế, chúng ta có thể sẽ phải ngạc nhiên khi được nghe ý kiến của một trong các nhà khoa học hàng đầu thế giới hiện nay, Tiến sĩ B. Alan Wallace.[1] Ông đã viết như sau:

> *While subtle states of awareness can be detected only with very refined awareness, even the grossest mental states, such as rage (which can be ascertained firsthand by an ordinary, untrained mind), cannot be directly detected with the physical instruments of modern neuroscience: they detect only the neurophysiological correlates of such mental states and other related physical behavior. Thus, all states of consciousness may be regarded as too subtle for modern neuroscience to detect.*[2]
>
> *[Trong khi các trạng thái vi tế của sự nhận biết chỉ có thể được nhận ra bởi sự nhận biết rất tinh tế, thì ngay cả các trạng thái tinh thần thô thiển nhất, chẳng hạn như sự giận dữ (có thể được nhận biết chắc chắn một cách trực tiếp bởi một tâm thức bình thường không tu tập), vẫn không thể phát hiện trực tiếp bởi các thiết*

[1] Tiến sĩ B. Alan Wallace (sinh năm 1950) là người sáng lập Viện Tâm thức và Sự sống (Mind and Life Institute) vào năm 1987 và sau đó đã tham gia tổ chức hàng loạt các hội nghị khoa học giữa các vị cao tăng Phật giáo đương đại, điển hình là đức Đạt-lai Lạt-ma, với các nhà khoa học hàng đầu thế giới trong các ngành thần kinh học, sinh vật học, tâm lý học... Các hội nghị khoa học này nhằm trao đổi tri thức giữa những người am hiểu và hành trì Phật pháp với các nhà khoa học hiện đại thuộc các ngành liên quan đến việc nghiên cứu tâm thức, được tổ chức khá thường xuyên mỗi 2 năm một lần kể từ năm 1989. Nội dung trình bày trong các hội nghị này sau đó được tập hợp và in thành sách bằng Anh ngữ, chẳng hạn như các tác phẩm: *Gentle Bridges: Conversations with the Dalai Latma, Consciousness at the Crossroads, Healing Emotions, Sleeping, Dreaming and Dying*... và nhiều tác phẩm khác.

[2] Trích từ Afterword: Buddhist Reflections - luận văn đúc kết hội nghị khoa học, được in thành chương 15 của sách Consciousness at the Crossroads - Snow Lion Publications, Ithaca, New York, 1999.

bị vật lý của thần kinh học hiện đại: họ chỉ phát hiện được các tương quan thần kinh tâm lý của những trạng thái tinh thần như thế và các biểu hiện vật lý khác có liên hệ. Do đó, mọi trạng thái của ý thức có thể xem là quá vi tế đến mức thần kinh học hiện đại không thể phát hiện.][1]

Từ phát biểu trên đây của một nhà khoa học hiện đại, chúng ta có thể thấy rõ là khoa học còn khá hạn chế trong việc nhận biết về tâm thức thông qua các thiết bị máy móc. Những gì người ta có thể nhận biết như các xung động trong não bộ hay sự thay đổi thành phần các chất hóa học trong cơ thể, thực ra chỉ là những tác động do các trạng thái tâm thức gây ra cho cơ thể chứ không phải bản thân các trạng thái tâm thức đó. Khi một người nổi giận, cơn giận đó gây ra những phản ứng nhất định trong cơ thể người đó, như huyết áp thay đổi, tim đập mạnh hơn, máu dồn lên mặt đỏ bừng... Tất cả những thay đổi này dễ dàng được nhận biết, nhưng chúng lại không phải là bản thân cơn giận. Vì vậy, nếu một người có thể tự kiềm chế được cơn giận để không xảy ra những phản ứng thông thường như thế, thì khoa học hiện đại cũng không có cách gì nhận biết được là người ấy đang giận.

Vì các phản ứng kèm theo cơn giận có vẻ như rất phổ biến ở tất cả mọi người, nên hầu hết chúng ta đã đồng nhất chúng với cơn giận và ít người nghĩ rằng chúng và tự thân cơn giận là hai yếu tố khác nhau.

Đối với người thực hành Phật pháp thì đây lại là điều hết sức quen thuộc, và khả năng nhận biết rõ về các trạng thái tâm lý khác nhau chính là một trong những mục đích nhắm đến của sự tu tập. Với công phu hành trì, ta sẽ có khả năng giữ tâm an tịnh và quán sát được những khi cơn giận khởi

[1] Trích từ Tứ diệu đế, NXB Tôn giáo, 2008, Võ Quang Nhân dịch sang tiếng Việt, Nguyễn Minh Tiến hiệu đính.

lên trong tâm thức mình nhưng không để cho nó gây ra bất kỳ phản ứng có hại nào. Tương tự, đối với các trạng thái tâm khác như tham lam, ghen ghét, đố kỵ, kiêu mạn... người tu tập Phật pháp cũng đều có khả năng nỗ lực kiềm chế theo cách đó. Một khi các trạng thái tâm này vừa sinh khởi, ta lập tức nhận biết và giữ tâm an tịnh, bình thản quán sát từ lúc tâm ấy sinh khởi, phát triển cho đến khi nó diệt mất. Bằng cách này, ta có thể ngăn ngừa tất cả những tác hại do các trạng thái tâm xấu ác gây ra.

Trở lại với tính chất phi vật chất và không thể nhận biết trong phạm vi khả năng của khoa học hiện nay, chúng ta phải thừa nhận một điều là những gì ta không thể nhận biết cụ thể qua các biểu hiện vật lý hoàn toàn không có nghĩa là chúng không tồn tại. Và đây chính là điều mà nhiều nhà khoa học phương Tây trong những năm gần đây đã hết sức chú ý nghiên cứu, tìm hiểu, thông qua sự trao đổi và hợp tác với nhiều vị đại sư Phật giáo Tây Tạng mà đứng đầu là đức Đạt-lai Lạt-ma thứ XIV. Kết quả nghiên cứu cho thấy một trạng thái tâm thức có tu tập - hoàn toàn *không thể nhận biết* bởi các thiết bị khoa học - lại có khả năng tạo ra những thay đổi đáng kinh ngạc trong cơ thể của người tu tập, *có thể nhận biết* một cách cụ thể bằng các thiết bị khoa học.

Năm 2002, tiến sĩ Antoine Lutz (một nhà thần kinh học do chính Francisco Varela đào tạo) và tiến sĩ Richard Davidson (một nhà thần kinh học nổi tiếng thế giới và là thành viên Hội đồng cố vấn Khoa học của Viện Tâm thần Quốc gia Hoa Kỳ) đã cùng nhau tiến hành một cuộc nghiên cứu chuyên sâu về vấn đề này tại Phòng Nghiên cứu Waisman thuộc Đại học Wisconsin, bang Madison.

Trong phần Dẫn nhập viết cho sách *The joy of living*, Eric Swanson mô tả về cuộc nghiên cứu này với những trang thiết bị hiện đại như sau:

The tests employed state-of-the-art fMRI technology that - unlike standard MRI technology, which provides only a kind of still photograph of brain/body activity - captures a moment-by-moment pictorial record of changing levels of activity in different areas of the brain.

The EEG equipment used to measure the tiny electrical impulses that occur when brain cells communicate was also quite sophisticated. Whereas a typical EEG procedure involves attaching only sixteen electrodes to the scalp in order to measure electrical activity at the surface of the skull, the equipment used in the Waisman lab employed 128 electrodes in order to measure tiny changes in electrical activity deep within the subjects' brains...

[Những thí nghiệm này sử dụng kỹ thuật hiện đại fMRI (đồ hình cộng hưởng từ trường), khác với kỹ thuật MRI trước đây vốn chỉ cung cấp hình ảnh cố định về hoạt động của não bộ hay cơ thể. Kỹ thuật fMRI ghi lại một biểu đồ theo từng thời điểm về những mức độ thay đổi của hoạt động [não bộ] ở các vùng não khác nhau.

Thiết bị EEG (điện não đồ) được dùng [trong cuộc nghiên cứu này] để đo những xung điện cực nhỏ xảy ra khi các tế bào não giao tiếp cũng hết sức tinh vi. Trong khi một tiến trình EEG thông thường chỉ gắn 16 điện cực vào da đầu để đo những xung điện trên bề mặt xương sọ, thiết bị được dùng trong Phòng Nghiên cứu Waisman lại có đến 128 điện cực để đo được cả những thay đổi cực nhỏ về xung điện nằm sâu trong não bộ của đối tượng.]

Và đây là những kết quả so sánh được ghi nhận sau khi tiến hành các cuộc thử nghiệm với sự tham gia của 8 bậc thầy Phật giáo, là những vị đại sư đã thực hành thiền định qua rất nhiều năm:

> *The results of both the fMRI and EEG studies of these eight trained meditators were impressive on two levels. While practicing compassion and loving-kindness meditation, the brain area known to be activated in maternal love and empathy was more prominently activated among long-term Buddhist practitioners than among a group of control subjects who had been given meditation instructions one week prior to the scans and asked to practice daily...*
>
> *[Những kết quả nghiên cứu từ cả hai hệ thống fMRI và EEG đối với 8 vị thiền giả lão luyện này gây ấn tượng mạnh trên hai cấp độ. Trong khi thực hành thiền quán về tâm từ và tâm bi, vùng não bộ vốn được kích hoạt bởi tình thương và sự cảm thông của người mẹ đã được kích hoạt một cách vượt trội hơn ở những thiền giả Phật giáo thâm niên so với nhóm đối tượng chỉ mới được học về thiền quán một tuần trước đó và được yêu cầu thực hành thiền quán mỗi ngày...]*

Nhưng không chỉ là sự khác biệt ở mức độ như trên, các nhà nghiên cứu đã phải kinh ngạc và ban đầu đã hoài nghi cả về độ chính xác của các thiết bị tối tân mà họ đang dùng:

> *... More remarkably, the measurements of the long-term practitioners' EEG activity during meditation were apparently so far off the scale of normal EEG readings that - as I understand it - the lab technicians thought at first that the machinery might have been malfunctioning. After hastily double-checking their equipment, though, the technicians were forced to*

eliminate the possibility of mechanical malfunction and confront the reality that the electrical activity associated with attention and phenomenal awareness transcended anything they'd ever witnessed...

[Đáng chú ý hơn nữa, những số đo hoạt động EEG từ các vị thiền giả thâm niên trong khi họ đang thiền định dường như đã vượt ngoài phạm vi thông thường của các chỉ số EEG - theo như sự nhận hiểu của tôi - đến mức làm cho các kỹ thuật viên của phòng nghiên cứu lập tức nghĩ rằng có lẽ máy đã bị hỏng. Nhưng sau khi nhanh chóng tiến hành kiểm tra thiết bị nhiều lần, họ buộc phải loại bỏ khả năng máy hỏng và nhìn thẳng vào một sự thật là các hoạt động xung điện [của não bộ] khi có sự định tâm và tỉnh giác đã vượt quá xa so với những gì họ từng chứng kiến...

Và những kết quả *"vượt quá xa"* này được Daniel Goleman mô tả cụ thể hơn trong *Lời giới thiệu* của cùng quyển sách này như sau:

During a meditation on compassion, neural activity in a key center in the brain's system for happiness jumped by 700 to 800 percent! For ordinary subjects in the study, volunteers who had just begun to meditate, that same area increased its activity by a mere 10 to 15 percent.

[Trong một buổi thiền quán về tâm từ, hoạt động thần kinh tại trung tâm chủ yếu trong hệ thống não bộ liên quan đến sự an lạc đã tăng vọt từ 700% đến 800% [so với bình thường]! Đối với những đối tượng thông thường trong cuộc nghiên cứu này, là những người tình nguyện tham gia chỉ vừa mới khởi sự tu tập thiền quán, thì ở cùng khu vực [trung tâm thần

kinh] này, hoạt động thần kinh chỉ gia tăng từ 10% đến 15%.]

Như vậy, cho dù bức màn bí ẩn chưa được hoàn toàn vén lên, nhưng khoa học hiện đại và Phật giáo đã có những bước tiến đến gần nhau cực kỳ đáng kể. Khoa học đang hết sức nỗ lực để có thể mở rộng khả năng hiểu biết và giải thích về những vấn đề liên quan đến tâm thức, trong khi các hành giả Phật giáo đang sử dụng chính công phu tu tập của họ để chứng minh cho nhân loại thấy rằng những lời Phật dạy là hoàn toàn chính xác, thiết thực và hữu ích.

Và như vậy, chúng ta cũng có thể thấy được khuynh hướng của các nhà khoa học hiện nay là thừa nhận những giới hạn chưa thể vượt qua thay vì phủ nhận những gì họ chưa thể nhận hiểu và giải thích một cách cụ thể.

Nói cách khác, những lời dạy của đức Phật về một dòng tâm thức tương tục kéo dài qua các kiếp sống của mỗi chúng sinh và là nơi dung chứa các hạt giống thiện ác hiện nay đã không còn quá trừu tượng nữa. Mặc dù khoa học vẫn chưa thể - và có lẽ sẽ không bao giờ có thể - giúp con người nhận biết được cụ thể về một dòng tâm thức như thế, nhưng sự hiện hữu và những tác động của dòng tâm thức ấy đang ngày càng được nhận biết nhiều hơn.

Một vấn đề khác mà ngày nay đã trở nên quá quen thuộc với hầu hết mọi người trên thế giới là sự tái sinh có chủ định của rất nhiều vị Lạt-ma Tây Tạng.

Hầu hết các vị này đều biết rất rõ về những gì họ đang làm. Trước khi viên tịch, một số các vị để lại những lời dặn dò, chỉ dẫn về sự tái sinh sắp tới của mình, thậm chí có vị còn để lại di thư nói rõ những chi tiết có thể giúp các vị đệ tử căn cứ vào đó mà tìm ra hóa thân tái sinh của họ.

Đức Karmapa đời thứ 16 có thể xem là một ví dụ điển

hình cho những sự kiện này. Ngài viên tịch năm 1981 và để lại một bức di thư, trong đó có những chi tiết liên quan đến việc tìm kiếm hóa thân tái sinh của ngài. Năm 1992, một phái đoàn tìm kiếm dựa theo những chỉ dẫn trong di thư đã tìm gặp vị Karmapa đời thứ 17 hiện nay, vào lúc đó vừa được 7 tuổi. Điều kỳ diệu ở đây là, cha mẹ của vị Karmapa thứ 17 này là những người sống du mục, và vào năm đó, chính đức Karmapa chỉ mới lên 7 này đã thúc giục họ dời đến đồng cỏ sớm hơn 1 tháng. Chính nhờ vậy mà phái đoàn tìm kiếm mới gặp được họ ở đúng vị trí được ghi trong di thư. Đức Karmapa thứ 17 sinh năm 1985 và hiện nay vẫn còn đang hoằng hóa nhiều nơi trên thế giới. Ngài có thể xem là một nhân chứng sống cho hiện tượng tái sinh có chủ định.

Trường hợp điển hình thứ hai là Đại sư Tenga Rinpoche, sinh năm 1932, được tin là hóa thân tái sinh của vị Lạt-ma Samten trước đó.

Trước khi Lạt-ma Samten viên tịch, ngài trao cho một vị đệ tử là Tenzin Drupchok một chiếc kèn làm bằng ống xương đùi,[1] và dặn vị này phải giữ gìn cẩn thận cho đến khi ngài quay lại nhận nó.

Nhiều năm sau, ngài Tenzin Drupchok trong một chuyến đi hành hương đã hoàn toàn tình cờ nhận lời mời thỉnh đến thăm một gia đình cư sĩ. Tại đó, cậu con trai út trong gia đình đã bất ngờ hỏi thẳng ngài về chiếc kèn và đòi lại nó. Ngay sau đó, cậu bé được thừa nhận là hóa thân của Lạt-ma Samten và đã theo ngài Tenzin Drupchok về tu viện để tu học. Hiện nay, vị Lạt-ma tái sinh này là một cao tăng nổi tiếng khắp thế giới. Ngài đã sáng lập Hiệp hội *Karma Kamtsang* tại Ba Lan, *Karma Thegsum Ling* tại *Verona* (nước Ý) và *Lotus Trust* cũng như *Lotus Direkthilfe* ở nước Đức.

[1] Tiếng Tây Tạng gọi là kangling, một loại pháp khí trong truyền thống Phật giáo Tây Tạng.

Như vậy, nếu không có một dòng tâm thức tương tục nối liền giữa những kiếp sống, thì hiện tượng tái sinh như trên sẽ không thể dựa vào đâu để có thể xảy ra. Hơn thế nữa, trong bài luận văn đúc kết đã trích dẫn trước đây của tiến sĩ B. Alan Wallace, ông cũng cho rằng đôi khi có những người không tu tập thiền định nhưng vẫn có khả năng nhớ lại các tiền kiếp của họ. Và ông trích lời đức Đạt-lai Lạt-ma XIV đã trình bày trong hội nghị khoa học này nói về hai cô gái ở Ấn Độ nhớ lại được tên của những người họ quen biết trong kiếp trước! Điều này càng khẳng định hơn nữa về sự hiện hữu một dòng tâm thức tương tục trải qua nhiều kiếp sống.

Một khi nhận hiểu được về sự hiện hữu của một dòng tâm thức tương tục, chúng ta sẽ thấy những lời dạy của đức Phật về nhân quả không còn quá khó hiểu nữa. Vấn đề sẽ trở nên đơn giản hơn, cụ thể hơn, và có vẻ như tương đồng nhiều hơn với những trường hợp nảy mầm và kết quả của những cây đậu, cây bắp...

Hiểu biết và tin nhận giáo lý nhân quả là điều vô cùng quan trọng để có thể hướng đến một đời sống tinh thần tốt đẹp hơn. Nhờ tin và hiểu về nhân quả, ta sẽ có một cách nhìn toàn diện hơn đối với những gì đã, đang và sẽ diễn ra trong đời sống. Hơn thế nữa, ta cũng thấy được vai trò quyết định của chính bản thân mình đối với bất kỳ điều gì xảy đến cho ta, và do đó mà sẽ có một thái độ sống tích cực hơn, quan tâm đến người khác nhiều hơn cũng như luôn nỗ lực hoàn thiện bản thân mình thay vì luôn trách móc hay trông đợi vào người khác.

Nhận thức chân thật

Không hề có một "cái ta" tồn tại độc lập với thế giới chung quanh! Phát biểu này có thể gây sốc đối với nhiều người, và có vẻ như rất khó tin nhận đối với đại đa số. Tuy nhiên, bằng những phân tích chính xác và khách quan, chúng ta phải thừa nhận đó là một sự thật. Và việc khám phá sự thật này phải được xem là một trong những thành quả vĩ đại nhất của trí tuệ con người.

Nếu như những khám phá của *Newton* hay *Einstein* có khả năng tạo ra sự thay đổi lớn lao trong thế giới vật chất quanh ta, thì sự nhận biết về bản chất cấu thành thực sự của mỗi chúng sinh dẫn đến phá vỡ quan niệm *chấp ngã* kiên cố sẽ có công năng giải thoát chúng ta khỏi mọi phiền não và khổ đau trong đời sống tinh thần. Đơn giản chỉ vì mọi phiền não và khổ đau của chúng ta đều bắt nguồn từ sự *chấp ngã*, nghĩa là tin chắc rằng có một *bản ngã*, một *"cái ta"* luôn tồn tại độc lập trong mối quan hệ với thế giới quanh ta.

Do quan niệm *chấp ngã*, chúng ta đã không ngừng tìm mọi cách để bảo vệ *"cái ta"*, chống lại mọi khuynh hướng mà ta cho là có thể gây tổn hại cho *"cái ta"* đó. Ta cũng không ngừng nỗ lực để xây dựng, vun đắp cho *"cái ta"* của riêng mình được nổi trội hơn, tốt đẹp hơn so với *"người khác"*. Chính vì vậy, một khi *"cái ta"* đó bị xâm hại hay tổn thương, ta cảm thấy như đó là chính ta đang bị hại, và khi *"cái ta"* đó chịu sự hư hoại tan rã theo luật vô thường, ta rơi vào khổ đau cùng cực vì sự bám chấp cho đó chính là tự thân mình. Và tất cả những điều đó đều là ảo tưởng, vì chúng dựa trên một nhận thức hoàn toàn không đúng thật.

Việc quay về quán chiếu tự thân để thấy được cái gọi là *"ta"* vốn chỉ là một hợp thể của 5 *uẩn* (*sắc, thọ, tưởng, hành* và *thức*) sẽ giúp ta buông bỏ được những định kiến sai lầm tai hại từ lâu nay vẫn luôn thôi thúc ta có những tư tưởng, lời nói và hành vi xấu ác, tạo nhiều ác nghiệp. Hơn thế nữa, khi quán chiếu sâu hơn về 5 *uẩn*, chúng ta còn thấy được rằng cả 5 *uẩn* đó tự chúng cũng không hề có bất kỳ một thực thể bền chắc chân thật nào. Chính vì vậy mà không có gì để *"cái ta"* có thể nương dựa hay bám víu vào đó cả. Và sự thấu suốt về tính chất không thật, giả tạm của 5 *uẩn* sẽ giúp ta dứt trừ được mọi khổ đau và nguyên nhân gây khổ đau. Trong Tâm kinh Bát-nhã đề cập rất đầy đủ về ý nghĩa này:

> *"Quán Tự Tại Bồ Tát hành thâm Bát-nhã ba-la-mật-đa thời, chiếu kiến ngũ uẩn giai không, độ nhất thiết khổ ách."*

Tạm dịch:

> *"Bồ Tát Quán Tự Tại khi thực hành pháp Bát-nhã ba-la-mật-đa sâu xa liền thấy rõ được cả năm uẩn đều là không, [nhờ đó] vượt qua được mọi sự khổ ách."*

Nghĩa *không* ở đây không nên hiểu như là sự trống không, chẳng có gì, mà cần hiểu như đã trình bày ở một đoạn trên là *"không hề có một thực thể bền chắc, chân thật"*. Nhiều người do hiểu sai về nghĩa *không* được dùng trong kinh điển Phật giáo nên đi đến nhận thức sai lầm rằng đạo Phật bi quan yếm thế hay phủ nhận mọi sự hiện hữu. Trong thực tế, những kết quả có được từ sự quán chiếu sâu xa trong đạo Phật bao giờ cũng là chân thật, đúng đắn, và vì thế luôn có khả năng dẫn dắt chúng ta đi theo con đường sáng suốt nhất.

Đạo Phật không hề phủ nhận mọi sự hiện hữu, mà chỉ nhìn sâu vào để thấy rõ được bản chất thực sự của mọi sự vật, hiện tượng. Nhờ vào sự quán chiếu sâu xa và chân thật mà về mặt cấu thành, ta có thể thấy rõ là toàn bộ thế giới hiện tượng đều chịu sự chi phối của lý nhân duyên; về mặt vận hành thì tất cả đều tuân theo luật nhân quả; và về mặt bản chất thì tất cả đều là vô thường, không có thực thể độc lập, tự tồn tại.

Đó là những nguyên lý khái quát bao trùm tất cả, và chỉ thông qua việc nắm hiểu những nguyên lý này ta mới có thể nhận thức được một cách đúng đắn, chân thật về thế giới hiện tượng cũng như về chính bản thân mình.

Khi nhận biết đúng thật như vậy, chúng ta không vì thế mà chối bỏ thế giới hiện tượng đang hiện hữu đối với các giác quan của ta. Tuy nhiên, ta sẽ không chỉ quan sát chúng bằng vào những cảm nhận vốn là không thật của các giác quan, mà còn phải sử dụng đến tuệ giác quán chiếu để nhìn sâu vào bản chất thực sự của chúng. Chính nhờ đó mà ta mới có được khả năng hóa giải mọi sự chi phối, tác động của thế giới hiện tượng.

Giống như khi ta xem một người làm ảo thuật, nếu không hiểu biết gì về ảo thuật ta sẽ thấy những gì xảy ra đều là thật, như lửa cháy, chim bồ câu bay lên, dao đâm xuyên qua cổ họng người... Khi hiểu được thực chất của vấn đề, tuy vẫn nhìn thấy giống như mọi người khác, nhưng ta biết rõ đó chỉ là trò ảo thuật, rằng những gì ta nhìn thấy chỉ là một kiểu ảo giác được tạo ra bằng một cách nào đó để đánh lừa các giác quan của ta... Như vậy, ta sẽ không hốt hoảng khi nhìn thấy lửa cháy, không khiếp sợ khi nhìn thấy con dao đâm xuyên qua cổ họng người...

Trong cuộc sống cũng vậy, nếu ta bám chấp vào bản ngã và không thấy được tính chất vô thường, nhân duyên tan hợp của thế giới hiện tượng, không hiểu được lý nhân quả đang tự nhiên vận hành, ta sẽ liên tục quay cuồng vì chịu sự thôi thúc, cuốn hút của mọi sự vật, hiện tượng quanh ta... Ngược lại, với một cái nhìn sáng suốt và thấu đáo về bản chất thực sự của bản thân mình và thế giới chung quanh, về sự vận hành tự nhiên của toàn bộ thực tại này, ta sẽ luôn có được sự sáng suốt và an ổn, không chịu sự chi phối, cuốn hút bởi những gì diễn ra quanh ta.

Nhận thức chân thật về thế giới quanh ta là thấy được tất cả sự vật, hiện tượng đều do nhân duyên kết hợp mà thành, dẫn đến hệ quả là tất cả đều vô thường, liên tục biến đổi, không bền chắc và nhất thiết phải trải qua các tiến trình *sinh - diệt* hạy *thành - hoại.* Mặc dù vậy, toàn bộ thế giới đang hiện hành này là thật có đối với các giác quan của chúng ta. Và vì thế, ta không thể ứng xử với chúng như những thứ không thật có. Chẳng hạn, trước khi đi ra giữa trời nắng nóng, bạn cần một chiếc mũ để đội lên đầu chứ không phải thứ gì khác, và việc *có* hay *không có* chiếc mũ là hai sự thật khác nhau, dẫn đến những kết quả khác nhau. Do đó, bạn không thể phủ nhận sự tồn tại của chiếc mũ trong thế giới vật chất.

Nhưng nếu bạn không thấy được bản chất thực sự của chiếc mũ là do các nhân duyên hợp thành, là vô thường, luôn biến đổi và chắc chắn rồi sẽ hoại diệt, thì bạn sẽ có thể phụ thuộc rất nhiều vào chiếc mũ. Khi ai đó làm hỏng hoặc lấy mất nó, bạn sẽ bực tức hoặc buồn phiền vì sự mất mát. Nếu sự hư hỏng hay mất mát đó đã là một sự thật, thì sự bực tức hay buồn phiền của bạn chỉ là một phản ứng hoàn toàn vô ích và trong thực tế là có hại.

Chúng ta cần phải nhận thức về chiếc mũ như một đối tượng thực sự tồn tại trong thế giới quanh ta, với những công năng và thuộc tính cá biệt của nó, vì đó là một sự thật. Ta cần phân biệt chiếc mũ với những thứ khác như đôi giày, chiếc áo... Khi đi ra nắng thì ta cần tìm chiếc mũ chứ không thể thay nó bằng đôi giày hay chiếc áo...

Vì thế, đạo Phật không hề phủ nhận điều đó, nhưng gọi loại sự thật này là Tục đế, nghĩa là sự đúng thật chỉ trong phạm vi thế tục, hay thế gian. Nói cách khác, trong đời sống thế gian, ta vẫn phải nhận hiểu chính xác về mọi sự vật, hiện tượng bằng loại sự thật này. Các định luật về vật lý, hóa học, cơ học... đều thuộc phạm trù Tục đế.

Nhưng bản chất thực sự của chiếc mũ vẫn cần được nhận biết như một hợp thể do nhân duyên cấu thành, luôn biến đổi và sẽ hoại diệt, vì đây cũng là một sự thật. Loại sự thật này có ý nghĩa sâu xa hơn, phổ quát hơn nên được gọi là *Đệ nhất nghĩa đế* hay *Chân đế*, và cũng được xem là sự thật *tuyệt đối* để phân biệt với Tục đế chỉ được xem là sự thật *tương đối.*

Khi phân tích ở phạm trù tương đối, mỗi một hiện tượng, con người hay sự vật cá biệt đều sẽ có những thuộc tính và công năng khác biệt nhau, như chiếc mũ của bạn sẽ có màu sắc, kích thước, tính chất không hoàn toàn giống với những chiếc mũ của người khác... Sự khác biệt này là thuộc phạm trù Tục đế.

Ngược lại, khi phân tích ở phạm trù tuyệt đối thì về bản chất mọi chiếc mũ đều như nhau, vì chúng đều do các nhân duyên giả tạm hợp thành, luôn biến đổi theo thời gian và cuối cùng sẽ hư hoại. Không những thế, đây còn là bản chất của mọi pháp hữu vi, tức là mọi pháp có hình tướng. Và bản chất tương đồng phổ quát này là thuộc phạm trù Chân đế.

Khi xét theo Chân đế thì không những mọi sự vật, hiện tượng đều giống nhau về bản chất vô thường, mà chúng cũng không hề có một thực thể độc lập, tự tồn tại, bởi sự sinh khởi của chúng đều có tương quan, phụ thuộc vào nhiều yếu tố, sự vật khác... Sự phụ thuộc lẫn nhau trong thế giới hiện tượng khiến cho mỗi một sự vật, hiện tượng đều không thể tự chúng sinh khởi hay tồn tại, hay nói cách khác là chúng không hề có một thực thể chân thật, tự tồn.

Chính trong ý nghĩa này mà Tâm kinh *Bát-nhã* đã dạy rằng: *"Sắc tức thị không, không tức thị sắc."* Cho đến các *uẩn* khác là *thọ, tưởng, hành* và *thức* cũng đều như vậy.

Và khi năm *uẩn* đều là *không*, thế giới hiện tượng cũng là *không* - trong ý nghĩa không hề có một thực thể chân thật, tự tồn - thì bản thân "cái ta" *vốn được xem là* chủ thể nhận thức cũng không dựa vào đâu để có thể là thật có và bền chắc.

Từ những phân tích trên, một nhận thức chân thật, chính xác về thế giới quanh ta cũng như về chính bản thân ta luôn phải bao gồm hai lớp ý nghĩa. Đó là *sự thật tương đối* hay Tục đế và *sự thật tuyệt đối* hay Chân đế.

Nhờ hiểu rõ thế giới quanh ta bằng Tục đế, ta luôn có khả năng ứng xử thích hợp với từng hoàn cảnh, nhận biết đúng về từng sự vật để có thể vận dụng một cách thích đáng trong việc làm lợi ích cho bản thân và người khác.

Nhờ hiểu rõ thế giới quanh ta bằng Chân đế, ta sẽ thoát khỏi được sự chi phối, cuốn hút hay thôi thúc vốn sinh khởi từ những hiện tượng hay sự vật quanh ta, luôn nhận biết đúng thật về bản chất của chúng mà không có những sự tưởng tượng hay thêu dệt, phóng chiếu của tâm thức lên hiện tượng hay sự vật.

Lấy ví dụ, khi ta nhìn thấy một chiếc xe tay ga đời mới với dáng vẻ thật đẹp đẽ và lôi cuốn. Về mặt Tục đế, ta nhận hiểu rõ công năng của chiếc xe, đánh giá được về dáng vẻ, màu sắc cũng như những thông số về tốc độ, sức mạnh, mức tiêu thụ nhiên liệu, độ bền... của nó và có thể so sánh với chiếc xe ta đang dùng hoặc những chiếc xe khác nữa. Ta có thể biết rõ loại xe mới này có những ưu điểm nào và việc sử dụng nó sẽ mang lại những hiệu quả tốt hơn như thế nào...

Tuy nhiên, về mặt Chân đế ta cũng đồng thời nhận biết rõ bản chất vô thường, giả hợp và không bền chắc của nó. Ta biết nó cũng chỉ là một chiếc xe như bao nhiêu chiếc xe khác và không thể mãi mãi xinh đẹp, hấp dẫn như hiện nay ta đang nhìn thấy.

Với sự hiểu biết đầy đủ về cả hai lớp ý nghĩa tương đối và tuyệt đối, ta sẽ có một phản ứng đúng đắn và thích hợp khi tiếp xúc với chiếc xe. Nếu việc mua xe là đáp ứng với những nhu cầu thực sự cần thiết trong cuộc sống của ta, chẳng hạn như giúp ta di chuyển nhanh hơn, thoải mái hơn, ít tiêu hao nhiên liệu hơn... và ta hiện có đủ tiền dành cho việc mua xe, ta sẽ quyết định mua nó. Ngược lại, nếu xét thấy chiếc xe đang dùng cũng đáp ứng được đầy đủ những nhu cầu của mình, hoặc xét thấy mình chưa có đủ khả năng tài chánh, ta sẽ bỏ qua việc mua xe mà không có gì bận tâm đến nó.

Trong trường hợp chúng ta không nhận hiểu được bản chất thực sự của chiếc xe, nghĩa là thiếu đi lớp ý nghĩa tuyệt đối, ta sẽ có thể khởi sinh những cảm xúc, tư tưởng hoặc hành vi không thích hợp. Chẳng hạn, do quá ham thích vẻ đẹp vốn là giả tạm của chiếc xe, ta quyết định mua nó trong khi điều đó là không thực sự cần thiết cho công việc hay cuộc sống; hoặc có thể ta không đủ tiền mua nhưng vẫn quyết định vay mượn bạn bè để mua, và điều đó dẫn đến nhiều hệ quả bất lợi, khó khăn về sau. Thậm chí, trong trường hợp ta không mua được chiếc xe vì không đủ khả năng, ta vẫn có thể bị nó làm khổ vì sự khao khát, thèm muốn thôi thúc trong lòng ta, và điều đó khiến ta không thể sống một cách an vui, thanh thản.

Lấy một ví dụ khác, khi ta tiếp xúc với một người nào đó, ta cần hiểu rõ về hình dáng, năng lực, tính tình... của người ấy trong mối quan hệ so sánh với những con người khác, nhưng đồng thời ta cũng phải nhận biết rằng, về bản chất thực sự thì con người đó chỉ là sự giả hợp của năm *uẩn*, mang tính vô thường, luôn biến đổi và không có một thực thể tự tồn tại.

Nhờ hiểu biết đúng thật về năng lực, tính tình... (Tục đế) ta sẽ có thể giao tiếp với con người đó một cách hiệu quả, có thể giúp đỡ họ hoặc nhờ cậy họ làm những công việc thích hợp... Nhưng đồng thời, nhờ hiểu biết đúng thật về bản chất thực sự (Chân đế), ta sẽ loại bỏ được những định kiến như ưa thích, ghét bỏ, đố kỵ... đối với người đó; ta cũng không sinh khởi những cảm xúc sai lầm đối với người đó như là mê đắm, thèm muốn hay ganh tỵ...

Qua những ví dụ nhỏ như trên, ta có thể thấy được ý nghĩa của một nhận thức chân thật là quan trọng như thế nào đối với cuộc sống của chúng ta. Chắc chắn là sự nhận biết đúng thật và đầy đủ về thế giới quanh ta sẽ luôn giúp ta giảm nhẹ rất nhiều sự bực tức hay buồn phiền, khổ đau trong cuộc sống.

Mặt khác, đối với chính bản thân ta thì việc nhận thức đúng thật và đầy đủ cũng vô cùng quan trọng. Về mặt Tục đế, ta cần nhận biết đúng về năng lực, vai trò và trách nhiệm của bản thân ta trong xã hội, vì điều đó giúp ta có những tư tưởng, hành vi hay lời nói thích đáng, mang lại lợi ích cho bản thân và mọi người quanh ta. Nhưng đồng thời về mặt Chân đế, ta cũng phải nhận biết rõ rằng cái gọi là "ta" đó chẳng qua chỉ là sự giả hợp của năm *uẩn*, mà tự thân các *uẩn* đó cũng không hề có sự bền chắc chân thật. Điều này sẽ giúp ta dần dần loại bỏ được những cảm xúc tiêu cực như tham muốn, sân hận, ghen ghét, đố kỵ... vì tất cả những cảm xúc này đều sinh khởi dựa trên căn bản *chấp ngã*, nghĩa là tin rằng có một *"cái ta"* chắc thật đang tồn tại để ta phải luôn bảo vệ và phát triển.

Như vậy, một nhận thức chân thật phải là một nhận thức đúng thật và toàn diện, thấy biết về thế giới hiện tượng quanh ta cũng như thấy biết về chính bản thân ta thông qua sự soi sáng của cả Tục đế và Chân đế. Sự thấy biết đúng thật theo Tục đế giúp ta phân tích và đánh giá sự việc đúng như những tính chất và công năng của chúng, trong khi sự thấy biết theo Chân đế giúp ta thoát khỏi mọi sự chi phối, lôi cuốn của thế giới hiện tượng cũng như kiểm soát và loại bỏ dần những cảm xúc tiêu cực thường sinh khởi mỗi khi ta tiếp xúc với các đối tượng bên ngoài.

Để có thể hiểu sâu hơn về tầm quan trọng của một nhận thức chân thật, có lẽ chúng ta cần phân tích sơ qua về quá trình tiếp xúc và sinh khởi những cảm xúc của bản thân ta với một đối tượng bên ngoài.

Khi ta tiếp xúc với một con người chẳng hạn, trước tiên sẽ là sự nhận hiểu về ngoại hình rồi đến ngôn ngữ, cử chỉ... Nếu những yếu tố ban đầu đó được ta ưa thích, ta sẽ bắt đầu tạo ra trong tâm trí mình một *"bản sao"* của người đó.

Nhưng vấn đề đáng lưu ý ở đây là, chúng ta hầu như không bao giờ tạo ra một *"bản sao"* trung thực! Khi ta yêu thích một người, ta sẽ ghi nhận nơi người đó toàn những ưu điểm, những vẻ đẹp cả về tinh thần lẫn thể chất... Và *"bản sao"* của người đó xuất hiện trong tâm trí ta sẽ được tô đậm nét, được phóng đại lên nhiều lần những ưu điểm, những vẻ đẹp, trong khi ta lại hiếm khi thấy được những khuyết điểm, những nết xấu... Và nếu có thì ta sẽ có khuynh hướng làm cho những yếu tố xấu đó trở nên mờ nhạt đi, sao cho chúng không còn đáng lưu tâm nữa.

Khuynh hướng ngược lại sẽ xuất hiện khi đối tượng là người mà ta không ưa thích hay oán ghét. Trong trường hợp này, ta sẽ tạo ra một *"bản sao"* của người ấy trong tâm trí ta với những đường nét nhấn mạnh vào các thói xấu, các khuyết điểm... và hầu như ta không hề thấy được những ưu điểm vốn có của người ấy, hoặc nếu có thì ta cũng có khuynh hướng phớt lờ đi, không lưu tâm đến chúng.

Trong cả hai trường hợp, những gì ta ghi nhận về đối tượng đều không còn trung thực, không hoàn toàn đúng thật như trong thực tế. Và quan trọng hơn nữa, mức độ sai lệch này sẽ ngày càng phát triển lớn hơn theo thời gian, theo số lần mà ta nghĩ nhớ đến người ấy. Nếu là người ta yêu thích thì hình ảnh người ấy trong ta sẽ ngày càng đáng yêu hơn, tốt đẹp, cao quý hơn... Và ngược lại, nếu là người ta căm ghét thì hình ảnh người ấy sẽ ngày càng trở nên xấu xa, đáng ghét hơn...

Không chỉ là sự phóng đại, cường điệu hóa những gì ta nhận biết trong thực tế, mà tệ hại hơn nữa là ta còn có khuynh hướng thêu dệt, tưởng tượng ra những điều hoàn toàn không thật có để làm biến dạng hình ảnh của đối tượng ấy trong tâm trí theo khuynh hướng yêu thích hoặc căm ghét của riêng ta.

Và đây cũng chính là lý do giải thích vì sao những kẻ yêu nhau thì thường có khuynh hướng ngày càng say đắm nhau hơn, trong khi những kẻ oán ghét nhau thì dễ đi đến tình trạng ngày càng xa cách, càng ghét nhau thậm tệ hơn nữa... Bởi tiến trình này diễn ra gần như là một khuynh hướng tự nhiên ở hầu hết mọi người trong chúng ta, trừ phi ta có thể nhận biết được tính chất vô lý của nó thông qua sự tu tập quán chiếu đúng thật.

Hầu hết các nhà tâm lý học hiện đại đều nhận biết khá rõ về tiến trình nói trên. Vì thế, họ luôn đưa ra những lời khuyên trong giao tiếp là phải chú trọng đặc biệt đến ấn tượng ban đầu. Nếu bạn có thể “chinh phục” được tình cảm của một người nào đó ngay trong lần đầu tiên tiếp xúc, thì điều đó cũng đồng nghĩa với việc bạn đã thiết lập được cả một tiến trình tự động theo sau luôn khuếch đại những ưu điểm của bạn trong lòng người ấy. Ngược lại, nếu bạn lỡ tạo ra một ấn tượng không tốt trong lần đầu gặp gỡ, thì việc xóa bỏ ấn tượng ấy sẽ vô cùng khó khăn. Những cô gái về làm dâu nhà chồng thường hiểu rất rõ quy luật này trong mối quan hệ với cha mẹ chồng cũng như anh, chị, em trong nhà chồng... Một “lễ ra mắt” thành công sẽ dẫn đến mọi việc “đầu xuôi đuôi lọt”, nhưng nếu như đã thất bại trong một không khí ảm đạm thì rất có khả năng là những cơn mưa bão xung đột tình cảm sẽ còn kéo dài mãi mãi về sau...

Nhưng tiến trình khuếch đại những tình cảm yêu ghét của chúng ta đối với một đối tượng như vừa mô tả trên cũng chỉ mới là giai đoạn khởi đầu. Bởi chúng ta thường không chỉ "yêu để mà yêu" hay "ghét chỉ để ghét", mà những cảm xúc đó còn có tác dụng dẫn dắt, thôi thúc mọi tư tưởng, lời nói và hành vi của chúng ta theo khuynh hướng của chúng.

Trong trường hợp ta yêu thích một người, thì đồng thời với việc phóng đại những ưu điểm của người ấy trong tâm trí, ta cũng bắt đầu nảy sinh một khuynh hướng khao khát, mong muốn chiếm hữu người ấy. Trước tiên, ta tự mình tạo ra một sợi dây liên kết vô hình giữa người ấy và ta, gắn kết ngày càng chặt chẽ hơn, để rồi cuối cùng ta đi đến chỗ mặc nhiên xem người ấy là "của ta".

Tất nhiên, sự "chiếm hữu" đơn phương trong tâm tưởng này chỉ là khởi điểm, và tiếp theo đó ta sẽ tìm mọi cách để có thể thực sự chiếm hữu được người ấy.

Và cho dù có thực sự "chiếm hữu" được người ấy hay không, vì đã tự mình xem người ấy là "của ta" nên ta bắt đầu nảy sinh sự phụ thuộc, gắn bó với người ấy. Khi không được thường xuyên tiếp xúc, gần gũi, ta thấy nhớ mong, khao khát. Được gặp gỡ, chuyện trò, ta thấy vui vẻ, hạnh phúc... Và nếu vì một lý do nào đó mà ta phải xa lìa người ấy, không còn được tiếp xúc, gặp gỡ nữa, ta sẽ thấy buồn khổ, phiền muộn...

Vấn đề còn tiếp tục đi xa hơn nữa khi ta luôn tin chắc rằng những gì ta nghĩ về người ta yêu thích là hoàn toàn đúng thật - trong khi sự thật thì đó lại là những đường nét, tính cách đã được cường điệu hóa theo ý riêng của ta. Vì thế, khi thực tế không diễn ra đúng như ta mong muốn, chẳng hạn như khi những hành vi ứng xử của người ấy không giống như ta mong đợi, ta cảm thấy thất vọng và đau khổ. Điều này rất dễ nhận ra ở những người thân trong gia đình. Chẳng hạn, các bậc cha mẹ luôn phóng đại tài năng của con cái họ và do đó đặt quá nhiều kỳ vọng vào chúng, để rồi phải thất vọng khi thực tế diễn ra là chúng không có khả năng đạt được những điều họ mong muốn... Đây là nguyên nhân rất phổ biến mang đến sự buồn phiền, đau khổ cho phần lớn chúng ta, cho dù người ta thương yêu đó có thể là vợ, chồng, con cái hay thuộc về bất cứ mối quan hệ nào khác trong cuộc sống...

Toàn bộ tiến trình mang lại sự khổ đau và phiền muộn như trên đều do chính ta làm "đạo diễn" từ đầu đến cuối. Nguyên nhân của kịch bản sai lầm này chính là sự nhận thức không đúng thật về đối tượng cũng như về chính bản thân ta. Do chỉ thấy biết về đối tượng qua lớp ý nghĩa tương đối mà không thấy được bản chất tuyệt đối, nên ta đã không ngừng tạo ra những hình ảnh, nhận thức ngày càng sai lệch về đối tượng, dẫn đến những cảm xúc, tình cảm cũng sai lầm, không đúng thật. Mặt khác, do không thấy được bản chất thực sự của "cái ta", vẫn luôn xem "ta" như một thực thể độc lập và thật có nên ta mới nảy sinh ý niệm chiếm hữu đối tượng thành "của ta", nhằm thỏa mãn những khao khát, mong muốn của riêng ta.

Như vậy, những sai lầm như trên rõ ràng là có thể loại bỏ nếu ta biết quán chiếu bản thân cũng như đối tượng thông qua cả Tục đế và Chân đế. Khi nhận thức về bản thân cũng như đối tượng tiếp xúc với cả hai lớp ý nghĩa tương đối và tuyệt đối, ta sẽ có một cái nhìn đúng thật với những gì đang xảy ra, thấy biết được cả những tính chất thuộc phạm trù tương đối cũng như bản chất thực sự của đối tượng. Sự nhận thức đúng thật và toàn diện này sẽ giúp ta luôn sáng suốt để có được những tư tưởng, hành vi, lời nói đúng đắn và thích hợp với từng hoàn cảnh, mang lại lợi ích cho bản thân ta cũng như cho mọi người quanh ta, thay vì là những khổ đau và phiền muộn.

Chắp tay lạy người

Kinh Pháp hoa, phẩm thứ 20 có tựa đề là Thường Bất Khinh Bồ Tát. Đây là phẩm kinh đặc biệt nói về một tiền thân của đức Phật Thích-ca khi ngài còn hành đạo Bồ Tát. Trong phẩm kinh này, đức Phật nhấn mạnh rằng nhờ vào việc nhận hiểu và thuyết giảng kinh Pháp Hoa nên ngài đã được sớm thành Chánh giác. Tuy nhiên, điều đáng lưu ý nhất lại nằm ở phần đầu phẩm kinh, khi đức Phật nói về pháp môn tu tập mà ngài đã thực hành rất lâu để dẫn đến khả năng nhận hiểu được kinh Pháp Hoa.

Vị Bồ Tát mang danh hiệu Thường Bất Khinh trong phẩm kinh này có một pháp tu hết sức đặc biệt. Kinh văn nói rằng: “而是比丘不專讀誦經典，但行禮拜 - *Nhi thị tỳ-kheo bất chuyên độc tụng kinh điển, đãn hành lễ bái.*” (Nhưng vị tỳ-kheo ấy không chuyên tụng đọc kinh điển, chỉ thực hành lễ bái.)

Như vậy, vị Bồ Tát Thường Bất Khinh này không chú tâm vào việc tụng đọc kinh điển, mà sự tu tập của Ngài chỉ được biểu hiện qua việc thực hành lễ bái.

Ngài lễ bái những ai? Thật kỳ lạ, ngài không chỉ lễ bái chư Phật - vì điều đó là tất nhiên - mà còn lễ bái tất cả bốn chúng đệ tử Phật, bao gồm các vị tỳ-kheo, tỳ-kheo ni và nam, nữ cư sĩ, không cần phân biệt là những người ấy có công phu tu tập như thế nào! Mỗi khi được gặp bất kỳ một tỳ-kheo hay tỳ-kheo ni hoặc cư sĩ nam, cư sĩ nữ... ngài đều thành tâm lễ bái và xưng tán rằng: “*Tôi rất tôn kính các ngài, không dám xem thường. Vì sao vậy? Vì các ngài đều thực hành đạo Bồ Tát, rồi đây đều sẽ thành Phật.*”

Sự lễ bái của ngài rất chân thành và nhiệt tâm. Thậm chí mỗi khi nhìn thấy từ xa một vị tỳ-kheo hay tỳ-kheo ni hoặc cư sĩ nam, cư sĩ nữ, ngài đều vội vã đến gần để lễ bái và xưng tán: “*Tôi không dám xem thường các ngài. Các ngài rồi đây đều sẽ thành Phật.*”

Mà những kẻ được ngài lễ bái đó là người như thế nào? Cũng theo kinh văn, thì đó là thời mà đức Phật đã nhập diệt, Chánh pháp đã diệt mất, và đang thời Tượng pháp ấy thì những tỳ-kheo kiêu căng tự mãn (tăng thượng mạn) chiếm ưu thế rất lớn. Trong một thời đại nhiễu nhương như thế mà vị Bồ Tát này vẫn luôn giữ vững được niềm tin vào tánh Phật tiềm tàng trong mỗi con người, hay khả năng sẽ thành Phật trong tương lai, đúng như yếu chỉ mà đức Phật muốn truyền dạy trong kinh Pháp Hoa.

Phẩm kinh này cũng mô tả rõ sự suy kém về đạo đức của rất nhiều người trong Bốn chúng đệ tử Phật vào thời ấy: Khi nghe lời xưng tán của Bồ Tát Thường Bất Khinh, họ liền nổi tâm sân nhuế, giận dữ, lớn tiếng mắng chửi ngài, thậm chí còn đuổi đánh bằng gậy gộc hay dùng gạch đá mà ném vào ngài. Những lúc như thế, ngài chỉ tránh né trốn chạy chứ không hề kháng cự, cũng không sinh lòng oán giận bực tức, vẫn kiên trì xưng tán rằng: “*Các ngài rồi đây đều sẽ thành Phật.*”

Trải qua nhiều năm như thế mà vị Bồ Tát này vẫn giữ tâm nhẫn nhục khiêm hạ không hề thay đổi, vẫn một lòng vững tin vào tánh Phật tiềm tàng trong mỗi chúng sinh. Chính nhờ vậy mà đến lúc ngài sắp qua đời liền có sự cảm ứng, giữa hư không bỗng nghe được đầy đủ những lời đức Phật trước đây đã thuyết giảng kinh Pháp Hoa. Hơn thế nữa, vào lúc ấy ngài còn có đủ năng lực trí tuệ để nhận hiểu, thọ trì trọn bộ kinh. Sau khi thọ trì liền được cả sáu căn thanh tịnh: mắt, tai, mũi, lưỡi, thân và ý. Nhờ sáu căn thanh tịnh nên tuổi thọ liền tăng thêm, chẳng những lúc ấy không chết mà còn được sống thêm nhiều năm nữa để rộng vì người khác mà thuyết giảng kinh Pháp Hoa.

Đối với tôi, câu chuyện về Bồ Tát Thường Bất Khinh trong kinh Pháp Hoa là một hình ảnh rất đẹp và tạo ấn tượng vô cùng sâu sắc. Pháp môn tu tập của ngài có ý nghĩa rất lớn và vô cùng thích hợp với thời đại chúng ta. Những gì Bồ Tát Thường Bất Khinh đã làm không phải là quá khó khăn đối với chúng ta, bởi bất cứ ai trong chúng ta cũng đều có thể cố gắng thực hành như ngài, một khi đã hiểu được ý nghĩa pháp môn mà ngài tu tập.

Điều trước tiên cần lưu ý là trước khi được nghe kinh Pháp Hoa vào lúc sắp chết, ngài Thường Bất Khinh không có gì tỏ ra là một vị tu hành chứng ngộ. Những gì chúng ta có thể thấy được nơi ngài chỉ là một niềm tin kiên trì vào lời Phật dạy: *"Tất cả chúng sinh đều có tánh Phật."* Và dựa vào niềm tin đó, ngài luôn giữ lòng cung kính, tôn trọng đối với tất cả những ai đang tu tập pháp Phật, ngay cả khi những người ấy biểu lộ hành vi hung hăng, thô lỗ đầy sân hận đối với ngài. Sự cung kính đó được thể hiện với một tâm nhẫn nhục gần như không giới hạn, vì trải qua rất nhiều năm chịu đựng sự nhục mạ, mắng chửi cũng như đuổi đánh, nhưng ngài vẫn không hề sinh lòng bực tức hay oán giận.

Và niềm tin của Bồ Tát Thường Bất Khinh đã được chứng minh là một niềm tin hoàn toàn đúng đắn, bởi kinh văn sau đó xác nhận rằng, những người đã từng khinh miệt, xúc phạm ngài tuy đều phải trải qua nhiều kiếp thọ tội nơi địa ngục A-tỳ, nhưng rồi sau khi trả xong nghiệp ác họ cũng đều được gặp lại chính ngài, nhận sự giáo hóa của ngài để rồi phát tâm Bồ-đề, tiến sâu vào Phật pháp.

Điều đáng chú ý ở đây là, mặc dù không có một kiến thức uyên bác cũng như không tụng đọc nhiều kinh điển, nhưng Bồ Tát Thường Bất Khinh đã xác lập được một niềm tin sâu vững vào lời Phật dạy, kiên trì với niềm tin ấy ngay trong những hoàn cảnh khắc nghiệt nhất, dễ đánh mất niềm tin nhất. Chính điều này đã giúp ngài có thể giữ tâm khiêm hạ và nhẫn nhục nhận chịu mọi sự xúc phạm, miệt thị, không hề khởi tâm oán ghét hay sân hận. Và quá trình tu tập đó đã giúp thân tâm ngài trở nên thanh tịnh, tạo ra một sự cảm ứng hết sức kỳ diệu vào lúc cuối đời: Ngài được nghe lại pháp âm của đức Phật thuyết giảng kinh Pháp Hoa. Hơn thế nữa, với một thân tâm trải qua quá trình tu tập nhuần nhuyễn, ngài đã có đủ khả năng để nhận hiểu và thọ trì ngay bộ kinh Đại thừa quý giá này. Kết quả là ngài lập tức đạt được sáu căn thanh tịnh, tuổi thọ được tăng thêm, đồng thời cũng khai mở trí tuệ để có thể diễn giảng kinh Pháp Hoa với nhiều người trong nhiều năm sau đó.

Ý nghĩa sâu xa ẩn chứa trong pháp môn tu tập của Bồ Tát Thường Bất Khinh chính là sự phá trừ *chấp ngã*. Khi đặt niềm tin kiên cố vào tánh Phật tiềm tàng nơi tất cả những người khác, chắc chắn ngài cũng không thể không tin vào tánh Phật của chính mình. Thế nhưng, ngài vẫn luôn thật lòng tôn kính, lễ lạy tất cả mọi người khác vì tin vào tánh Phật của họ. Điều này cho thấy ngài đã có sự quán chiếu sâu xa và không còn bị sự chi phối, thúc giục của *bản ngã* như hầu hết chúng ta. Vì thế, thay vì vuốt ve, ôm ấp và đề cao "cái tôi" của mình như thói thường, ngài lại thành tâm thành ý tôn kính, lễ lạy người khác một cách thường xuyên và kiên trì cho đến suốt cuộc đời mình.

Hơn thế nữa, khi "cái tôi" của ngài bị khinh miệt, thậm chí là xúc phạm nghiêm trọng, ngài vẫn không vì thế mà sinh tâm bực tức hay oán giận. Chính tinh thần "vô ngã" này đã giúp ngài thoát khỏi mọi ảnh hưởng chi phối, trói buộc của sự chấp ngã, vốn là nguyên nhân phổ biến dẫn đến sự mê muội và hành xử phi lý ở hầu hết chúng ta.

Kính lễ, tôn trọng người khác để đối trị tâm chấp ngã là một pháp môn thực sự tuyệt vời và vô cùng hiệu quả. Khi biết chân thành nhìn nhận và tôn trọng giá trị tốt đẹp nơi người khác, chúng ta sẽ dẹp bỏ được tâm chấp ngã nơi bản thân mình, và nhờ đó mà có thể nhận thức về thực tại một cách đúng thật hơn.

Phần lớn chúng ta rất khó có được một niềm tin kiên định như Bồ Tát Thường Bất Khinh, và nguyên nhân thường là do ta luôn tự đề cao bản ngã của mình một cách thái quá, không đúng thật. Với khuynh hướng này, việc kính phục và đặt niềm tin vào người khác trở nên khó khăn hơn rất nhiều, ngay cả khi đó người rất xứng đáng để ta tin tưởng.

Như đã nói, việc xác lập niềm tin về những vấn đề vượt ngoài khả năng nhận thức toàn diện của chúng ta hoàn toàn không đơn giản. Một mặt, nếu chúng ta đặt niềm tin một cách dễ dãi và mù quáng, ta sẽ có thể bị dẫn dắt vào những con đường sai trái, lệch lạc. Mặt khác, việc đòi hỏi kiểm chứng hay tự mình nhận hiểu cụ thể vấn đề trước khi đặt niềm tin lại là bất khả thi khi vấn đề vượt ra ngoài khả năng nhận thức của chúng ta.

Vì thế, để xác lập niềm tin kiên định vào những lời Phật dạy, một mặt chúng ta cần phải biết vận dụng sự suy xét và đối chiếu với thực tế hành trì để thấy được những giá trị chân thật, chuẩn xác và đầy lợi lạc của những lời dạy đó, nhưng mặt khác chúng ta cũng cần phải thấy biết và đặt niềm tin vào nhân cách siêu tuyệt cũng như trí tuệ sáng suốt và tâm từ bi vô lượng vô biên của đức Phật. Điều này là hoàn toàn có thể nhận biết được qua những gì ta đọc thấy trong kinh điển cũng như qua sự thực hành những lời Phật dạy.

Niềm tin của Bồ Tát Thường Bất Khinh chắc chắn cũng là một niềm tin như thế. Tự thân ngài không thể có đủ năng lực trí tuệ để nhìn thấy tánh Phật nơi những người khác, nhất là nơi những người đang hung hăng, thô lỗ với ngài. Nhưng ngài có thể tin chắc được vào điều đó chính là nhờ sự tin tưởng tuyệt đối vào đức Phật, bậc giác ngộ mà ngài đã quy y, và với sự tin tưởng đó ngài đã tin chắc được vào những gì Phật dạy.

Một trong những sai lầm của chúng ta ngày nay là luôn muốn phán xét tất cả, ngay cả với những điều vượt ngoài khả năng nhận thức của mình. Điều nghịch lý là, khuynh hướng này có vẻ như càng rõ nét hơn ở những người tỏ ra uyên bác, thông tuệ và tự nhận là mình đã hoàn toàn hiểu thấu những lời Phật dạy. Chính do khuynh hướng này mà nhiều người chỉ đặt niềm tin vào kinh điển Pali, mà họ gọi là kinh điển Nguyên thủy, vì qua sự phán xét của họ thì những kinh điển này là có thể kiểm chứng, hợp lý và có thể hiểu được. Ngược lại, những kinh Đại thừa luôn đề cập đến những vấn đề trừu tượng và sâu xa, vượt ngoài khả năng nhận hiểu và phán xét nên có nhiều người đã không chấp nhận. Quả thật, nếu không có một niềm tin sâu vững vào đức Phật như một bậc thầy trí tuệ siêu việt, thì thật khó mà có thể tin nhận được kinh điển Đại thừa, bởi những gì đề cập trong kinh hầu hết đều là vượt ngoài giới hạn nhận thức của chúng ta. Thế nhưng, nếu chỉ giới hạn trong phạm vi nhận thức - vốn còn mê lầm - của chúng ta thì làm sao vượt thoát sinh tử? Và như vậy thì đức Phật đâu cần phải đản sinh nơi cõi đời này?

Chúng ta cần xét đến một thực tế lịch sử là đã hơn 2.500 năm qua chưa từng có một vị Phật thứ hai sau đức Phật Thích-ca Mâu-ni, và những gì được biết về đức Phật là hoàn toàn vượt quá khả năng tưởng tượng, hình dung của chúng ta về bất kỳ con người nào khác. Bất kỳ quyển kinh nào trong số hàng ngàn quyển kinh do ngài thuyết dạy đều hàm chứa những nội dung sâu xa và uyên bác hơn hẳn so với bất kỳ tác phẩm nào khác của những tác giả kiệt xuất trong nhân loại. Bất kỳ lời dạy nào trong vô số những lời ngài đã truyền lại qua kinh điển đều có thể xem là những câu châm ngôn sâu sắc hàm chứa triết lý sâu xa và thông tuệ, có công năng dẫn dắt chúng ta trong cuộc sống. Và hơn thế nữa, bất kỳ nội dung nào được tiếp nhận từ những lời dạy của đức Phật cũng đều hướng đến một mục đích duy nhất, thiết thực và chính đáng, đó là mang đến niềm hạnh phúc cho tất cả chúng ta ngay trong cuộc sống này cũng như mãi mãi về sau.

Thế nhưng, bất chấp sự thật không thể phủ nhận vừa nêu trên, một số người sau khi tự nhận là đã học hiểu những lời Phật dạy lại tự mãn đến mức hoài nghi về tính hoàn hảo của những lời dạy đó. Họ lập luận rằng thời đại đã thay đổi, con người đã thay đổi, và những lời dạy của đức Phật cũng cần phải thay đổi để cho thích hợp. Nếu dựa trên cách suy nghĩ như thế thì người ta hoàn toàn có thể tự ý "điều chỉnh", "bổ sung" và "cắt xén" hay diễn giải những lời Phật dạy dựa theo sự nhận hiểu của riêng mình, và như vậy sẽ là một điều vô cùng nguy hại cho các thế hệ mai sau!

Một biểu hiện khác của khuynh hướng tự mãn thái quá này là một số hành giả Phật giáo nhưng lại đi sâu vào lãnh vực của những học giả thế gian, rồi phô bày sự uyên bác của mình bằng cách phân tích kinh điển theo như cách đối với các văn bản thế tục, để rồi đi đến kết luận về cái gọi là "nguồn gốc" của một số kinh điển Đại thừa. Tất nhiên, họ không trực tiếp nói rằng những kinh ấy không phải do Phật thuyết, nhưng gián tiếp bày tỏ điều đó khi cho rằng những kinh ấy do người sau viết ra vào khoảng thời gian này, thời gian nọ...

Những lập luận đó tuy có vẻ như rất "khoa học" nhưng lại là phiến diện, không hợp lý và vấp phải sai lầm ngay từ căn bản. Kinh điển vốn là những nội dung do đức Phật trực tiếp thuyết dạy, nên đã ra đời từ rất lâu trước khi được định hình thành văn bản. Điều này hoàn toàn ngược lại với những văn bản thế tục thông thường, vốn được các tác giả định hình thành văn bản rồi mới lưu hành.

Lấy ví dụ như khi ta nghiên cứu sách *Thiền uyển tập anh*,

một văn bản cổ được tin là đã ra đời vào thế kỷ 14 (khoảng năm 1337) nhưng đã qua sao chép nhiều lần trước khi truyền đến chúng ta và bản khắc in cổ nhất còn giữ được đến nay được thực hiện vào năm 1715.[1] Trong trường hợp này, nếu ta phát hiện thêm được bất kỳ văn bản nào khác có niên đại cổ xưa hơn, gần với thời điểm ra đời của tác phẩm hơn, thì văn bản đó sẽ có giá trị đáng tin cậy hơn, có thể dùng để điều chỉnh những sai lệch nếu có của các văn bản ra đời sau nó.

Nhưng trường hợp của kinh điển là hoàn toàn ngược lại. Nội dung kinh điển đã được đức Phật thuyết giảng từ rất lâu trước khi các bản văn kinh được định hình. Ngay cả lần kết tập đầu tiên do ngài Ca-diếp chủ trì cũng chỉ trùng tuyên nội dung kinh điển để mọi người cùng ghi nhớ chứ chưa hề có một bản văn kinh nào ra đời. Và trong suốt nhiều thế kỷ sau đó, kinh điển vẫn chỉ tiếp tục được truyền lại qua sự ghi nhớ của những người thọ trì chứ chưa được ghi chép thành văn bản.

Như vậy, thời điểm mà nội dung kinh điển được chính thức ghi lại thành văn bản hoàn toàn không phải là thời điểm bộ kinh ấy ra đời. Hơn nữa, do đặc điểm là nội dung có trước, văn bản có sau, nên khi khảo cứu về mặt văn bản, ta hoàn toàn không thể căn cứ vào các văn bản cổ hơn để cho rằng nó chính xác hơn, và những văn bản ra đời sau nếu có nội dung khác biệt cũng chưa hẳn đã là do người sau thêm vào, mà có thể chỉ là do sự khác biệt từ khả năng ghi nhớ của những người ghi chép lại.

Lấy ví dụ như khi nghiên cứu về kinh Pháp Hoa, có người dựa vào việc so sánh các văn bản với niên đại khác nhau để đi đến kết luận là kinh này được hình thành qua bốn giai đoạn. Giai đoạn thứ nhất là người ta viết ra phần kệ tụng;

---

[1] Theo Lê Mạnh Thát trong Nghiên cứu về Thiền uyển tập anh - NXB Tổng hợp TP. Hồ Chí Minh, 1999.

giai đoạn thứ hai là người ta thêm vào phần văn xuôi để giải thích phần kệ tụng. Do trật tự xuất hiện này nên những câu kinh giới thiệu phần trùng tụng đều là không đúng, cần phải được sửa với ý nghĩa ngược lại. Cụ thể, cuối phần văn xuôi thường ghi: *"Bấy giờ, đức Thế Tôn muốn tuyên lại nghĩa trên nên nói kệ rằng"*, nhưng theo trật tự xuất hiện như trên thì câu này phải sửa lại là: *"Sau khi nói kệ rồi, đức Thế Tôn mới giải thích bằng đoạn văn sau đây."*

Tiếp theo, giai đoạn thứ ba là phần văn xuôi nói trên được tiếp tục phát triển, viết thêm vào nhiều hơn trước đó. Và giai đoạn thứ tư là giai đoạn có nhiều phẩm kinh được thêm vào. Lý do là vì sau khi sử dụng thì những người viết kinh mới *"thấy được sự thiếu sót hoặc bị chỉ trích"* rồi mới thêm vào.[1]

Những phân tích như trên là rất khoa học và cũng hoàn toàn hợp lý khi ta so với quy trình nghiên cứu các văn bản thông thường. Tuy nhiên, như đã nói ở phần trên, sai lầm căn bản ở đây là không xét đến - hoặc không chịu thừa nhận - một sự thật hiển nhiên là: kinh Pháp Hoa vốn đã có từ trước, do đức Phật thuyết giảng, còn *tất cả văn bản kinh đều xuất hiện về sau.* Nếu ta xét đến yếu tố này thì việc các văn bản ra đời sau dài hơn không có nghĩa là chúng được thêm vào, mà chỉ có nghĩa là chúng được truy xuất từ những bộ nhớ khác, bởi các hành giả thọ trì và truyền tụng kinh Pháp Hoa không phải ai cũng có trí nhớ như nhau, việc sai lệch đôi chút là điều khó tránh khỏi.

Lấy ví dụ, sau khi một diễn giả nào đó trình bày một vấn đề, những người dự thính có thể sẽ viết lại thành những bản tường trình A, B, C... theo trí nhớ của mỗi người. Như vậy, một người nghiên cứu khi đối chiếu các bản tường trình này, không thể dựa vào yếu tố bản tường trình C được viết ra sau

---

[1] Phần trong ngoặc được trích nguyên văn từ *Sen nở trời phương ngoại* - Thích Nhất Hạnh, NXB Lá Bối, trang 19.

một thời gian và có thêm một phần nào đó mà bản A hoặc B không có để kết luận rằng người viết bản C đã tự ý thêm vào. Vấn đề ở đây chỉ đơn giản là những người viết các bản A, B đã không nhớ được phần nội dung mà người viết bản C vẫn còn nhớ được.

Trường hợp văn bản kinh Pháp Hoa cũng tương tự như vậy, tuy có phức tạp hơn vì trải qua thời gian lâu dài hơn. Như vậy, việc đồng nhất sự ra đời của các văn bản kinh với sự ra đời hay hình thành bộ kinh này là hoàn toàn sai lệch và võ đoán.

Và kết quả sẽ như thế nào? Nếu những phân tích dựa vào văn bản như trên được tin cậy và thừa nhận là chính xác, thì điều đó cũng đồng nghĩa với việc bộ kinh này hoàn toàn không đáng tin cậy, bởi ngay từ câu mở đầu *"Như thị ngã văn"* (Tôi nghe như thế này) đã là một câu nói dối! Và những người "viết kinh" không tên tuổi kia, vốn chẳng phải Phật thì làm sao có thể thuyết giảng đúng về cảnh giới của chư Phật?

Nhưng tất cả chúng ta đều biết, trải qua bao nhiêu thế kỷ, những hành giả thọ trì kinh Pháp Hoa số nhiều không thể tính đếm, các bậc Tổ sư chứng đắc nhờ vào kinh này cũng không ít, chưa từng thấy vị nào lên tiếng nghi ngờ rằng kinh này không phải do Phật thuyết giảng! Và nếu quả thật có những người viết ra được bộ kinh này, hẳn cõi Ta-bà trong thời gian qua đã phải có rất nhiều vị Phật chứ không chỉ là một đức Phật Thích-ca Mâu-ni mà thôi!

Một biểu hiện đáng lo ngại và bất hợp lý có thể thấy trong những phân tích như trên là nhận định về ý nghĩa câu kinh văn trước phần trùng tụng (và đề nghị chỉnh sửa nó). Nếu nhận định này là đúng, chúng ta phải hiểu như thế nào khi những người "viết kinh" lại cố tình viết sai đi một nội dung như thế? Và vì câu hỏi này không có lời giải đáp, nên chỉ có thể nói là kết quả phân tích văn bản như trên hoàn toàn không thích hợp khi áp dụng với kinh điển Đại thừa nói chung chứ không chỉ là trường hợp của kinh Pháp Hoa.

Mặt khác, trong khi chúng ta đều biết là những kết quả khảo cứu về văn bản học cho đến nay vẫn chưa xác nhận được sự hiện diện của một số kinh điển Đại thừa từ khoảng trước thế kỷ thứ nhất, nhưng đồng thời những kết quả như thế cũng không hề có giá trị phủ nhận. Khi chúng ta chưa biết về một sự việc, điều đó không có nghĩa là sự việc đó hoàn toàn không hiện hữu, bởi có quá nhiều sự việc hiện hữu ngoài tầm hiểu biết của chúng ta. Lấy ví dụ, con người hiện nay hoàn toàn chưa có hiểu biết gì về sự sống trong vũ trụ ngoài môi trường trái đất, nhưng điều đó hoàn toàn không có ý nghĩa phủ nhận việc sự sống vẫn có thể đang hiện hữu ở đâu đó ngoài tầm hiểu biết của chúng ta. Phần lớn các nhà khoa học tuy chỉ dựa vào suy luận nhưng vẫn có khuynh hướng tin chắc rằng có sự sống trong vũ trụ ngoài môi trường trái đất, hoặc ít ra thì cũng chưa từng có ai phủ nhận điều đó chỉ vì chưa thể biết rõ...

Hệ quả của sự hoài nghi về nguồn gốc kinh điển Đại thừa chính là sự đánh mất niềm tin vào đức Phật. Nếu ta tin rằng có những kinh Đại thừa quả thật do người đời sau viết ra, thì điều đó cũng đồng nghĩa với việc những sự kiện trong kinh văn là hư cấu, không thật, và điều này hoàn toàn đi ngược với tinh thần của đạo Phật, khi một trong 5 giới cấm của người Phật tử chính là giới không nói dối. Vì thế, điều tất nhiên là ta sẽ không còn đặt niềm tin vào kinh điển như những lời do đức Phật thuyết dạy nữa, mà chỉ xem đó như những văn bản thế tục có giá trị để ta nghiên cứu, học hỏi mà thôi. Điều này sẽ tạo ra một cách tiếp cận hoàn toàn khác biệt, khiến ta không thể nào tiếp nhận được một cách đầy đủ những ý nghĩa sâu xa trong kinh văn.

Vấn đề ở đây là, xét trên bình diện Tục đế thì việc đưa ra

lập luận phán xét về những lời dạy của Phật có vẻ như hoàn toàn hợp lý. Mọi pháp ở thế gian đều phải thay đổi để phát triển. Đơn giản như khi ta trồng một cái cây, nếu muốn phát triển thì nó phải thay đổi. Đạo Phật cũng giống như một cái cây, nếu không thay đổi thì không thể phát triển. Và đạo Phật thì thật ra chỉ là tên gọi khác của những lời Phật dạy, bởi đó là sự quy tụ của những người tin nhận và làm theo lời Phật dạy. Như vậy, đạo Phật muốn thay đổi thì phải thay đổi từ những lời Phật dạy, để cho thích ứng với thời đại, với sự phát triển... Những điều này nghe ra có vẻ như hoàn toàn hợp lý.

Nhưng nếu xét trên bình diện Chân đế thì hoàn toàn không phải vậy. Cho dù đã hơn 25 thế kỷ trôi qua, những gì đức Phật đã dạy về Tứ diệu đế, về Thập nhị nhân duyên vẫn không hề thay đổi và không thể thay đổi, bởi đó là chân lý. Những gì đức Phật đã dạy về bản chất và nguyên nhân của khổ đau vẫn không hề thay đổi.

Tương tự, tất cả những ý nghĩa khác như về *duyên khởi* hay về *vô ngã* cũng đều là như vậy. Cái cần phải thay đổi không phải là những lời Phật dạy hay giới luật do đức Phật chế định, mà chính là những định kiến sai lầm đã ăn sâu trong tâm thức chúng ta, khiến cho ta không thể nhận hiểu đúng được những lời Phật dạy. Khi ta mang những kiến thức thuộc phạm trù Tục đế để phán xét và suy diễn về kinh điển Đại thừa, vốn là những lời Phật dạy, thì điều đó chỉ mang đến cho chúng ta những sự hoài nghi tai hại, vì nó ngăn không cho ta xác lập một niềm tin kiên cố giống như niềm tin của Bồ Tát Thường Bất Khinh vừa nói đến ở đoạn trên.

Vị Bồ Tát Thường Bất Khinh không có kiến thức uyên bác, ngay cả là kiến thức về Phật học, vì kinh văn có nói rõ là ngài không chuyên tụng đọc kinh điển, chỉ thực hành mỗi một việc lễ bái mà thôi. Nếu là thời đại ngày nay, có lẽ ngài cũng sẽ bị không ít người khinh miệt cho là ngu dốt, thiển cận. Thế nhưng sự hành trì của ngài thì chắc chắn là bất cứ ai trong chúng ta cũng đều phải kính phục. Cho dù ta có tụng đọc hàng trăm ngàn lần những câu kinh dạy về nhẫn nhục, cũng chưa hẳn ta đã có thể nhẫn chịu được như những gì ngài đã hoan hỷ nhẫn chịu trong suốt một cuộc đời. Đó chính là vì ta chưa có được một niềm tin sâu vững vào đức Phật và lời dạy của ngài, và nhất là chưa hề xóa bỏ được "cái tôi" trong nhận thức.

Và vì thế, sự lễ lạy của Bồ Tát Thường Bất Khinh chính là điều mà tất cả chúng ta đều nên suy ngẫm và học hỏi. Một khi ta biết chân thành kính lễ mọi người quanh ta, thói quen *"chấp ngã"* trong ta sẽ dần dần bị xóa bỏ. Và khi thành trì kiên cố của "cái tôi" đã bị phá vỡ, phạm vi nhận thức chân thật của ta sẽ không còn bị giới hạn, bó buộc nữa. Chỉ lúc đó ta mới có khả năng nhận hiểu và hành trì một cách đúng thật như những lời Phật dạy để mang lại kết quả tốt đẹp tức thời cho cuộc sống của bản thân ta cũng như tất cả mọi người quanh ta.

Những viên thuốc bọc đường

Kinh Pháp Bảo Đàn, phẩm *Cơ duyên* có ghi lại chuyện ngài Pháp Đạt, xuất gia từ năm 7 tuổi, chuyên trì tụng kinh Pháp Hoa. Lần đầu tiên tìm đến lễ bái Lục tổ Huệ Năng, khi lễ lạy đầu không sát đất. Tổ sư thoáng nhìn đã biết Pháp Đạt trong tâm có chút kiêu mạn, liền gạn hỏi. Pháp Đạt nói: *"Tôi tụng kinh Pháp Hoa đã được ba ngàn lượt!"*

Tụng kinh đến ba ngàn lượt, cho dù mỗi ngày tụng được trọn một bộ (cả thảy có 7 quyển, 28 phẩm) thì cũng phải mất đến khoảng 10 năm liên tục! Như vậy, ắt hẳn phải thuộc lòng văn kinh; và thọ trì kinh văn được như vậy đã có thể nói là rất chí thiết. Nhưng thái độ chưa đủ chí thành khi lễ lạy Tổ sư và câu trả lời đầy tự mãn như trên lại chứng tỏ vị tăng này chưa nhận hiểu và thực hành được theo đúng nghĩa kinh! Vì như chúng ta vừa đề cập trên, chỉ riêng một phẩm Thường Bất Khinh Bồ Tát cũng đã dạy ta những điều hoàn toàn ngược lại với thái độ ấy, huống chi là đã thọ trì được trọn vẹn cả bộ kinh?

Thế nhưng, chúng ta đừng vội xem thường ngài Pháp Đạt. Kinh Pháp Bảo Đàn cũng ghi rõ là chỉ sau một lần đối thoại trong hôm đó, ngài đã nhận hiểu được những lời dạy của Lục tổ, khai mở được trí tuệ và trở thành một trong những vị danh tăng của thời ấy. Liệu có mấy ai trong chúng ta ngày nay có thể sánh được với năng lực tu tập và nhận hiểu như ngài?

Vấn đề cần lưu ý ở đây là, ngay cả khi có được sự nỗ lực hành trì rất mãnh liệt và chí thiết như ngài Pháp Đạt: xuất gia từ năm lên bảy, tụng đọc kinh Pháp Hoa đến ba ngàn lượt... nhưng vẫn chưa diệt hẳn được tâm chấp ngã! Điều đó cho thấy rằng một nhận thức chân thật về bản ngã không phải là điều có thể dễ dàng và nhanh chóng đạt đến.

Câu chuyện thứ hai tôi muốn đề cập ở đây là chuyện về Quốc sư Ngộ Đạt, được nhắc đến trong lời tựa sách *Từ bi thủy sám pháp.*

Ngài Ngộ Đạt là danh tăng vào đời nhà Đường của Trung Hoa, khi chưa là Quốc sư đã từng chăm sóc một vị tăng mang bệnh ghẻ lở, toàn thân hôi hám. Sau khi lành bệnh, trước lúc chia tay vị tăng ấy có dặn ngài về sau nếu gặp khổ nạn hãy đến tìm ông ta ở núi Cửu Lũng, Bành Châu, thuộc tỉnh Tứ Xuyên.

Thời gian sau, ngài Ngộ Đạt nhờ có đạo hạnh cao thâm, uyên bác kinh điển nên được vua Đường Ý Tông vô cùng kính trọng, quyết định tôn ngài làm Quốc sư. Trong một buổi lễ vô cùng long trọng, vua thỉnh ngài ngồi lên tòa trầm hương cao quý nhất trước sự cung kính lễ bái của chính nhà vua cùng với đông đảo thần dân và quan viên lớn nhỏ trong triều đình. Ngay khi ấy, ngài Ngộ Đạt liền khởi lên một ý niệm rằng: “Chỉ có ta mới được nhận sự cung kính đến như thế này!” Ngay khi đó, ngài thấy trong người khó chịu, choáng ngất. Đến chừng tỉnh lại thì nơi đầu gối đã mọc ra một cái ghẻ vô cùng đau nhức.

Đó là một cái ghẻ rất kỳ lạ, có hình dạng như một mặt người. Cái ghẻ ấy khiến ngài đau nhức không sao chịu nổi, mà biết bao danh y được mời đến cũng đều bó tay không sao chữa trị được. Cuối cùng, ngài nhớ đến lời dặn của vị tăng năm xưa, liền tìm đến núi Cửu Lũng. Quả nhiên gặp được vị tăng ấy.

Vị tăng dạy ngài pháp sám hối và dùng nước suối nơi ấy để rửa cái ghẻ. Nhưng ngay trước khi ngài khoát nước rửa, cái ghẻ bỗng cất tiếng nói như người và nhắc lại mối thâm thù từ một kiếp xa xưa giữa ngài với nó. Trải qua nhiều kiếp sống theo đuổi nhưng kẻ thù này không thể ra tay, chỉ vì ngài luôn tu tập nghiêm cẩn, giữ gìn theo giới hạnh cao quý nên nó không đủ sức làm hại ngài. Chỉ đến lúc ngài được mời lên tòa trầm hương, thoáng một niệm sinh tâm kiêu mạn, kẻ thù mới nhân dịp đó mà ra tay, khiến ngài phải chịu khổ sở vì cái ghẻ oan nghiệt. Sau khi thành tâm sám hối và dùng nước suối nơi ấy rửa qua cái ghẻ, ngài mới được lành lặn như xưa.

Ngài Ngộ Đạt nhân chuyện này mới soạn ra bộ *Từ bi thủy sám pháp*, là một bản văn sám hối rất hay, lưu truyền mãi đến ngày nay. Pháp sám hối mà ngài đề cập trong bản văn chính là dùng nước từ bi để rửa sạch mọi oan nghiệt, oán thù, giống như ngài đã từng sám hối và nhờ nước suối nơi ngọn Cửu Lũng mà rửa sạch oán thù trong quá khứ.

Điều tôi muốn nhấn mạnh ở đây không phải là câu chuyện ly kỳ được truyền tụng qua nhiều đời về Quốc sư Ngộ Đạt, mà chính là cái tâm kiêu mạn mà ngài đã khởi sinh trong chốc lát khi được thọ nhận sự cung kính lễ bái cúng dường. Trong chúng ta, liệu có mấy ai dám sánh với Quốc sư Ngộ Đạt về công phu tu tập cũng như đạo hạnh cao thâm? Vì thế, khi đối mặt với những tác động chi phối của tâm chấp ngã, không thể không hết lòng cẩn trọng.

Bài học muôn thuở được rút ra từ câu chuyện của ngài Ngộ Đạt chính là mối tương quan giữa sự tu tập và ngoại cảnh. Một chú sa-di mới tập tễnh vào chùa, bất cứ ai cũng có thể sai khiến được, sẽ có rất ít nguy cơ sinh lòng kiêu mạn, vì chú tự biết là mình chẳng hơn ai trong môi trường mới. Tuy nhiên, sau một thời gian dài tinh tấn tu tập, dần dần trở thành một vị cao tăng thạc đức thì thái độ của mọi người chung quanh tất yếu cũng thay đổi, ngày càng bày tỏ sự cung kính nhiều hơn. Và như vậy, công phu tu tập càng cao, giới hạnh càng nghiêm cẩn, kiến thức càng thông tuệ, thì người ta càng nhận được nhiều sự cung kính và xưng tụng. Điều đáng sợ là, trong khi những sự cung kính và xưng tụng đó hoàn toàn xứng đáng đối với người có tài năng và đức hạnh, thì đồng thời nó cũng là liều thuốc có tác dụng ru ngủ sự tinh tấn, khơi dậy và nuôi lớn tâm kiêu mạn, trở thành một cái bẫy cực kỳ nguy hiểm mà bất cứ ai trong chúng ta cũng đều rất dễ rơi vào.

Tiến trình này cũng diễn ra tương tự trong cuộc sống thường ngày của mỗi chúng ta, nhưng dường như rất ít người nhận biết. Những khi cơ hàn lam lũ, tình nghĩa đệ huynh, bằng hữu thường gắn bó như keo sơn, luôn thương yêu tôn trọng lẫn nhau; nhưng đến khi thành đạt, nắm trong tay nhiều của cải, quyền lực, người ta lại rất thường trở nên xa lạ, nhạt nhẽo tình cảm với người khác. Đó là vì "cái ta" của mỗi người luôn lớn lên theo tỷ lệ thuận với giá trị của bản thân mà họ nhận biết được trong mối quan hệ với những người chung quanh. Càng được người khác tôn trọng, cung kính thì "cái ta" càng được nuôi lớn hơn, và "cái ta" càng lớn lên thì người ta sẽ có một cái nhìn khác hơn đối với mọi người quanh mình, thường là thiếu tôn trọng và rất dễ xem thường người khác.

Nếu như người tu hành dễ rơi vào cái bẫy của sự tôn kính lễ lạy, thì những kẻ thế tục cũng có cái bẫy của tiền tài và quyền lực. Bởi nhìn chung thì những thứ ấy đều khiến cho người khác phải bày tỏ sự phục tùng, cung kính đối với ta, và điều đó tất yếu sẽ làm cho sự kiêu căng ngã mạn vốn có của ta càng phát triển, cho đến khi nó khống chế hoàn toàn và biến ta thành một con người khác hơn so với trước đó.

Vì thế, khi ta bắt đầu bước vào con đường đạo thì mục tiêu trước mắt chỉ đơn thuần là học hỏi và tu tập, sao cho có thể dẹp bỏ dần những thói xấu và hoàn thiện bản thân mình. Nhưng khi sự tu tập của ta đạt nhiều thành tựu thì vấn đề bắt đầu thay đổi. Một mặt, ta thường tự hào với những kết quả mà mình đã có được với sự tinh tấn nỗ lực, nhất là khi những kết quả ấy nổi bật hơn so với nhiều người khác; mặt khác, ta cũng dễ dàng nhận ra là những người quanh ta bắt đầu bày tỏ sự ngợi khen, tán thán hay thậm chí là nể phục, tôn kính đối với ta, vì họ cũng thấy được những thành tựu mà ta đã đạt được.

Cho đến đây thì mọi việc vẫn diễn ra hoàn toàn hợp lý và tất yếu, bởi những gì ta có được là xứng đáng, vì chúng được tạo ra từ những nỗ lực chân chánh và đúng hướng của bản thân ta. Thế nhưng, nếu ta không có sự tỉnh táo để nhận biết được nguy cơ tiềm tàng vào lúc này, thì khả năng rơi vào cái bẫy kiêu mạn sẽ ngày càng lớn hơn. Nói cách khác, nếu muốn tiếp tục vững tiến trên đường tu tập thì ngay vào lúc này ta phải biết tỉnh táo để nhận ra ngay mọi khuynh hướng thay đổi đang chớm xuất hiện trong tâm thức.

Ta cần nhận hiểu một cách đúng thật hơn về sự tôn kính mà mọi người chung quanh đang dành cho ta. Lấy ví dụ, khi ta tu tập đúng theo lời Phật dạy và được nhiều người tôn kính, thì sự tôn kính đó rõ ràng có được là nhờ vào đức Phật, người đã vạch con đường cho ta đi theo. Khi ta giảng giải giáo pháp và được nhiều người tôn kính, thì sự tôn kính đó là hướng về giáo pháp, vốn do đức Phật truyền dạy chứ không phải do ta nghĩ ra. Nếu biết suy nghĩ như thế, ta sẽ chế ngự được tâm kiêu mạn ngay từ khi nó vừa chớm phát ra.

Mặt khác, nếu ta đạt được nhiều thành công, thậm chí là những kết quả phi thường, khiến mọi người quanh ta đều ngưỡng mộ và tôn kính, thì thật ra những điều đó cũng không phải chỉ riêng mình ta mà có thể đạt được. Điều tất yếu là ta phải có sự giúp sức của nhiều cộng sự, có sự thuận lợi đến từ nhiều yếu tố liên quan... Nếu không, ta không thể đạt được bất kỳ kết quả nào dù là rất nhỏ. Khi nhận thức về sự việc một cách đúng thật và toàn diện như thế, ta sẽ không thấy tự mãn một cách thái quá về những thành tựu của mình. Nhờ đó, ta sẽ chế ngự được tâm kiêu mạn.

Nhưng nếu thiếu sự suy xét tỉnh giác và nhận thức đúng đắn, ta sẽ rất dễ dàng rơi vào con đường tuột dốc vì ngã mạn, thay vì là tiến bộ. Do sự cung kính lễ bái của người khác, ta thường thấy mình trở nên quan trọng, tài đức hơn người, và có vẻ như những người khác không ai có thể sánh bằng ta được... Thậm chí mỗi khi có ai đó bày tỏ thái độ thiếu cung kính hoặc tôn trọng không đúng mức đối với ta, chẳng hạn như chỉ tán tụng sơ sài hơn những người khác hoặc xưng hô bằng những danh xưng không hợp ý ta, ta rất dễ sinh ra phiền não, bực dọc...

Không những thế, khuynh hướng này sẽ ngày càng phát triển. Sự cung kính lễ bái hoặc tán thán ngợi khen của người khác có tính chất tương tự như những liều thuốc kích thích, muốn giữ được tác dụng thì ngày càng phải tăng liều mạnh hơn, nhiều hơn. Nếu như lần đầu tiên được khen ngợi ta có thể hài lòng với một mức độ nào đó, thì về sau những lời khen tương tự như thế sẽ không còn làm ta thỏa mãn nữa. Ta cần đến những sự ca ngợi, tán tụng có mức độ mạnh mẽ hơn, và ta cũng khát khao, thèm muốn nhiều hơn đối với những sự ca ngợi, tán tụng như thế...

Và khi đã rơi vào căn bệnh ngã mạn, đã "nghiện nặng" đối với sự phục tùng và tôn xưng, kính trọng của người khác, ta sẽ dễ dàng đánh mất đi sự sáng suốt và trung thực vốn có trước đây của mình. Ta thèm muốn được người khác xưng tụng, ngợi khen, đến mức không ngần ngại đưa ra những đòi hỏi như thế. Thậm chí ta có thể đòi hỏi hoặc gợi ý người khác nhiều hình thức khác hơn nữa để bày tỏ sự kính trọng đối với ta, như viết văn thơ ca tụng, như tôn xưng ta trước đám đông, hoặc phải bày tỏ sự tôn kính tuyệt đối những lời ta nói ra, hay thậm chí dựng cả tượng đồng để vinh danh ta càng tốt... Nói chung, đó là một con đường tuột dốc cực kỳ nguy hại và không có điểm dừng!

Mặt khác, hệ quả của căn bệnh trầm kha này là ta sẽ luôn tìm mọi cách để che giấu những khuyết điểm hay lỗi lầm của mình, vì ta rất sợ những điều đó sẽ khiến ta mất đi sự tôn kính. Trong khi việc mắc phải một số lỗi lầm hay sai sót là chuyện rất bình thường đối với mọi con người khi chưa đạt đến sự giác ngộ hoàn toàn, thì đối với ta lại là điều không thể chấp nhận được. Đó chính là vì ta đã nuôi dưỡng "cái ta" lớn lên quá mức, và "cái ta" đó không cho phép ta tự mình hạ thấp hay bộc lộ sự thua kém trước người khác, ngay cả khi đó là sự thật. Than ôi! Ta có ngờ đâu chính khuynh hướng thiếu trung thực, che giấu lỗi lầm như thế sẽ làm cho tâm trí ta ngày càng mê muội hơn nữa, đánh mất đi khả năng trực nhận chân lý cũng như hoàn thiện chính bản thân mình.

Thật ra, trong cuộc sống thì những thay đổi theo khuynh hướng như trên thường rất dễ được mọi người quanh ta nhận ra, nhưng bản thân ta lại không mấy khi tự nhận biết! Chính vì tâm chấp ngã đã làm cho ta trở nên thiếu sáng suốt và luôn nhìn sự vật quanh ta qua một lăng kính biến đổi nhằm thỏa mãn đòi hỏi của nó. Với cách nhận thức biến đổi sự việc theo hướng đó, ta dễ dàng nhận ra và thậm chí là thường khuếch đại những khuyết điểm, lỗi lầm của người khác, vì điều đó giúp ta cảm thấy mình tốt đẹp hơn, cao quý hơn so với họ. Ngược lại, ta không thể nhận ra hoặc không muốn nhận ra những khuyết điểm, những yếu kém hoặc lỗi lầm của chính bản thân mình, vì điều đó sẽ làm suy giảm sự tốt đẹp của ta đối với người khác, sẽ khiến ta cảm thấy bị tổn thương.

Nếu so sánh với câu chuyện về Bồ Tát Thường Bất Khinh trong kinh Pháp Hoa, ta sẽ dễ dàng nhận ra hai khuynh hướng tác động trái ngược nhau. Trong khi sự chân thành tôn kính và lễ bái người khác có thể giúp ta điều phục tâm ý, phá trừ chấp ngã, vững vàng trong sự tu tập, thì tất cả những hình thức ngợi khen, xưng tán hay lễ bái mà người khác dành cho ta lại có tác dụng hoàn toàn ngược lại, dễ dàng nuôi lớn tâm chấp ngã và đẩy ta vào một sự suy thoái về đạo đức lẫn tinh thần.

Điều đáng chú ý nhất ở đây là, tiến trình đó luôn diễn ra một cách âm thầm, chậm chạp nhưng vô cùng mạnh mẽ, khiến cho ta thậm chí không nhận biết được là mình đang dần thay đổi vì chịu sự tác động của nó!

Nhưng nói như vậy không phải là đổ lỗi cho những sự ngợi khen, xưng tán hay cung kính lễ bái... Trong thực tế, những người có tài năng, đức độ thì tất nhiên rất xứng đáng để được ngợi khen, xưng tán... Và mỗi chúng ta cũng cần thiết phải chân thành biểu lộ sự tôn kính, ngợi khen đối với những người có tài năng, đức độ hơn ta, vì điều đó sẽ giúp ta phát khởi tâm hướng thiện mạnh mẽ hơn, sẽ nỗ lực tinh tấn nhiều hơn để hoàn thiện chính mình.

Vấn đề ở đây là, mỗi khi nhận được sự ngợi khen, xưng tán từ người khác, ta phải luôn có sự tỉnh giác, tự giữ mình; luôn phải nhận biết rằng những lời khen ngợi đó sẽ dễ dàng trở thành những viên thuốc ngủ bọc đường nếu ta thiếu sự tỉnh giác. Và thật ra thì chỉ khi có thể tỉnh táo nhận biết được như vậy, ta mới thật sự xứng đáng với sự ngợi khen, xưng tán hay lễ bái của người khác.

Con thuyền ngược nước

Chúng ta đã tìm hiểu qua về sự cấu thành của *bản ngã*, hay nói nôm na là "cái ta" của mỗi người. Từ những kết quả phân tích khách quan, có thể thấy rõ rằng cái gọi là "ta" đó không hề có một thực thể chắc thật và tồn tại độc lập. Tuy nhiên, sự thật là chúng ta hiện nay vẫn đang sống với một nhận thức không đúng thật về "cái ta", vẫn luôn cho đó là một thực thể tồn tại độc lập với thế giới chung quanh, và là trung tâm điểm cho mọi hoạt động của ta.

Mặc dù vậy, việc xóa bỏ nhận thức sai lầm này không phải việc dễ dàng, bởi đó là một thói quen đã ăn sâu vào tâm thức ta quá lâu, thậm chí là qua vô số kiếp sống. Ngay cả khi đã nhận ra được tính giả tạo và không chắc thật của "bản ngã", chúng ta hầu như vẫn không thể hình dung được cuộc sống này sẽ tiếp diễn ra sao nếu như không có cái gọi là "bản ngã" đó. Điều này như đã nói, có nguyên nhân sâu xa từ sự nhận biết không đúng thật về "bản ngã".

Sự cố chấp vào một bản ngã tồn tại độc lập và chắc thật, tách biệt với thế giới quanh ta là một nhận thức sai lầm, nhưng việc phủ nhận hoàn toàn bản ngã đó cũng là một kiểu sai lầm khác. Sự hiện hữu của "bản ngã" này là có thật. Hơn thế nữa, những hành vi tạo tác là có thật, đang từng ngày từng giờ tạo thành gánh nặng nghiệp lực lôi cuốn ta quay cuồng trong luân hồi. Vì thế, ta không thể phủ nhận hoàn toàn sự hiện hữu của một *bản ngã* trong ý nghĩa này.

Do đó, lựa chọn đúng đắn ở đây là cần có một nhận thức đúng thật về cái gọi là *"bản ngã"*. Trong khi nhận rõ sự tồn tại và không ngừng tạo nghiệp của *"bản ngã"* như một thực tế đang diễn ra, ta cũng đồng thời phải nhận biết về bản chất giả hợp, vô thường và luôn phụ thuộc vào các nhân duyên của cái gọi là *bản ngã* đó. Một nhận thức đúng đắn và toàn diện như vậy sẽ là bước khởi đầu tối cần thiết để giúp ta đảo ngược mọi thói quen, tập quán suy nghĩ và hành động sai lầm vốn có từ xưa nay.

Quan niệm cố chấp sai lầm về *bản ngã* như một chủ thể có thật và tồn tại độc lập với thế giới chung quanh được giáo lý nhà Phật gọi là *chấp ngã*. Do *chấp ngã* mà ta luôn có những hành vi và tư tưởng sai lầm, vì nó làm cho ta bị cuốn hút vào khuynh hướng phải bảo vệ và bồi đắp cho cái *bản ngã* của riêng ta, phải chống lại tất cả những gì ta nghĩ là có thể gây tổn hại cho *bản ngã* đó. Hơn thế nữa, khi cái *bản ngã* đó chịu sự biến dịch tự nhiên của vô thường, phải suy yếu đi hay thậm chí là hư hoại mất khi các nhân duyên hòa hợp tạo thành nó đã biến đổi hoặc không còn nữa... ta cảm thấy đó là chính ta đang suy yếu, đang hư hoại. Và điều đó làm cho ta đau khổ vô cùng.

Như đã nói, quan niệm *chấp ngã* được hình thành trong mỗi chúng ta từ vô số kiếp sống rất lâu xa về trước, đến nỗi ta luôn có cảm giác như đó là một bản chất sẵn có của mình. Từ lúc sinh ra đời, ngay khi vừa nhận biết về môi trường chung quanh, ta đã tức thời biết phân biệt giữa *"ta"* và *"người khác"*, biết phản đối khi những gì *"của ta"* bị người khác xâm hại, và biết vui mừng thỏa mãn khi *"cái ta"* được nâng niu, chiều chuộng... Vì thế, có thể nói rằng cội gốc của *chấp ngã* là rất sâu xa, vững chắc, và việc thay đổi hay xóa bỏ được nó hoàn toàn không phải là chuyện dễ dàng.

Ta có thể hình dung sự khó khăn đó cũng giống như một người chèo con thuyền đi ngược dòng nước xiết, bất cứ lúc nào cũng có thể bị nước cuốn phăng đi nếu như không có sự tỉnh táo và liên tục gắng sức. Nếu nhớ lại những câu chuyện về Quốc sư Ngộ Đạt và Thiền sư Pháp Đạt vừa đề cập trong chương trước, ta sẽ thấy rõ được sự chi phối của quan niệm *chấp ngã* là ghê gớm đến như thế nào!

Quan niệm *chấp ngã* là nền tảng đầu tiên của đời sống thế tục, là một trong những nguyên nhân quan trọng nhất dẫn đến sự lưu chuyển của mỗi chúng sinh trong luân hồi. Do *chấp ngã* mà mỗi người chúng ta luôn muốn tự mình giương lên thật cao ngọn cờ *"bản ngã"* trong cuộc sống thế gian đầy phong ba bão táp, để rồi phải không ngừng hứng chịu sự xô đẩy về mọi hướng của những cơn gió thế gian. Một cách khái quát và hình tượng, ta có thể dựa theo những tính chất tương đối khác biệt để phân biệt và gọi tên 8 cơn gió mạnh của thế gian đang không ngừng lay động *"lá cờ bản ngã"* của mỗi chúng ta. Người xưa gọi 8 cơn gió này là *bát phong* (八風) hay *bát thế phong* (八世風), có thể nói là đã khái quát được một cách khá đầy đủ về tất cả những ngoại duyên đang thường xuyên tác động đến chúng ta trong cuộc sống.

Cơn gió thứ nhất là *lợi phong*, nghĩa là những ngoại duyên có lợi cho ta. Nhưng có lợi như thế nào? Chữ *lợi* (利) mang nghĩa chung là lợi ích, nhưng ở đây được dùng theo quan niệm thế tục, để chỉ tất cả những gì mà ta ưa thích, mong muốn, như tiền bạc, của cải, áo quần, vật chất nói chung... Và vì thế, khi ta có được những thứ ấy tức là có lợi. Chữ *lợi* ở đây không chỉ đến những lợi ích chân chánh có được khi ta tu tập hay thực hành những điều tốt đẹp.

Cơn *"gió lợi"* này tác động rất mạnh mẽ và có thể dễ dàng nhận thấy. Ngay khi cảm nhận được sự *"có lợi"* trong một sự việc nào đó, ta có thể sẽ lập tức thay đổi hành vi, tư tưởng cũng như lời nói của mình sao cho không đánh mất đi sự *"có lợi"* đó. Điều này khiến ta dễ dàng có những quyết định sai lầm, thiếu sáng suốt. Chẳng hạn, những người đi tìm trầm hương đều biết rõ về mối nguy hiểm khi băng rừng lội suối, nhưng mối lợi to lớn từ việc tìm được trầm hương đã tác động đến họ, khiến họ quên cả sự hiểm nguy mà sẵn sàng dấn thân lên đường. Cơn *"gió lợi"* đã thổi họ vào những hành trình nguy hiểm, có thể phải mất đi cả sinh mạng.

Ở mức độ gần gũi dễ nhận biết hơn, mỗi chúng ta hẳn đều đã từng gặp rất nhiều trường hợp mà những cơn *"gió lợi"* đã làm cho người ta đổi trắng thay đen, sẵn sàng quên đi mọi đạo lý nhân nghĩa thường tình, chỉ cốt để không bỏ lỡ mất một mối lợi nào đó trước mắt. Biết bao người bán hàng sẵn sàng nói dối để bán được giá cao, biết bao người cung cấp dịch vụ sẵn sàng làm nhiều việc sai trái để tăng thêm lợi nhuận, và biết bao kẻ trong đời này sẵn sàng nhắm mắt làm ngơ trước những bất công chỉ để tự bảo vệ quyền lợi của riêng mình... Tự cổ chí kim, từ Đông sang Tây, cơn *"gió lợi"* đã không ngừng cuốn hút, xô đẩy chúng ta vào những việc không nên làm, khiến ta không ngừng lún sâu vào sai lầm, tội lỗi...

Cơn gió thứ hai là *suy phong*, nghĩa là những ngoại duyên làm ta hao tổn, mất mát... Chữ *suy* (衰) có nghĩa là suy yếu, sút giảm đi, hao tổn, mất mát đi những gì ta đang có. Không ai trong chúng ta muốn bị hao tổn, mất mát cả! Vì thế, cơn *"gió suy"* này thổi vào chúng ta theo chiều ngược lại. Nó không kích thích ta tìm đến cái lợi, nhưng thôi thúc ta phải hành động theo hướng sao cho không bị tổn thất đi những gì đang có. Và hơn thế nữa, vì sự hao tổn, mất mát là điều tất nhiên không sao tránh khỏi trong cuộc sống, nên cơn *"gió suy"* này luôn thổi vào tâm thức khiến cho ta phải cảm thấy buồn khổ, tiếc nuối những gì đã mất. Nếu như ta thấy vui mừng hả hê khi ngoại duyên mang đến cho ta những mối lợi vật chất, thì ta lại thấy buồn khổ, tiếc nuối khi ngoại duyên lấy mất đi của ta những gì ta đang sở hữu. Cũng giống như *"gió lợi"*, cơn *"gió suy"* cũng tác động vào tâm trí ta, khiến ta mất đi sự sáng suốt, bình tĩnh cần phải có và do đó dẫn đến những quyết định hay hành vi sai lầm, mê muội.

Cơn gió thứ ba là *hủy phong*, nghĩa là những ngoại duyên đi ngược lại sự tự mãn của ta, chẳng hạn như những lời chê bai, chỉ trích, công kích... Chữ *hủy* (毀) có nghĩa là hủy báng, chê bai, phỉ báng, nói xấu... Cơn *"gió hủy"* là tất cả những gì xúc phạm đến thanh danh hay giá trị nhân cách của ta, hủy hoại đi những gì mà ta tin là có thể tạo nên hình ảnh tốt đẹp của bản thân ta trong lòng người khác. Khi bị cơn gió này thổi vào, ta thường sẽ tức thời cảm thấy vô cùng khó chịu vì cảm giác bị tổn thương, xúc phạm. Đối với một số người, sự tổn thương này có thể còn nặng nề, khó chịu hơn cả những mất mát, tổn thất về vật chất. Bởi sự mất mát vật chất trong nhiều trường hợp có thể dễ dàng được đền bù, thay thế, nhưng sự tổn thương về danh dự hay uy tín thường được xem như là không thể bù đắp. Và do đó, dưới tác động của cơn *"gió hủy"*, chúng ta cũng có thể dễ dàng đánh mất đi sự sáng suốt và bị cuốn hút vào những hành vi sai trái.

Cơn gió thứ tư là *dự phong*, nghĩa là những ngoại duyên gián tiếp thuận theo với lòng tự mãn của ta, chẳng hạn như những lời khen ngợi, đề cao được người khác nói về ta, khiến ta cảm thấy thích thú, thỏa mãn trong lòng khi nghe được. Chữ *dự* (譽) chỉ chung những lời khen tặng, ca ngợi mà người khác dành cho ta, thường là không trực tiếp nói ra với ta nhưng lại tạo thành cái mà ta thường gọi là danh thơm, tiếng tốt... Cơn *"gió dự"* thổi ta bay vút lên đỉnh cao của sự tự mãn, khiến ta cảm thấy mình trở thành cao quý, tốt đẹp hơn người, và ta say mê ngây ngất với cảm giác được người khác tôn sùng, ca tụng. Sự say mê ngây ngất này cũng làm ta mất đi sáng suốt trong ứng xử, khiến ta trở nên mê muội và dễ dàng mắc phải sai lầm trong mọi hành vi, quyết định của mình. Để có được những lời khen tặng, đôi khi người ta cũng không ngại dùng đến biết bao thủ đoạn gian dối, lọc lừa, sẵn sàng che giấu hoặc bóp méo sự thật, bất chấp cả lương tri và đạo đức.

Cơn gió thứ năm là *xưng phong*, là những ngoại duyên trực tiếp thuận theo với lòng tự mãn của ta, chẳng hạn như những lời xưng tụng, ca ngợi mà người khác nói ra trước mặt ta, thường là vượt quá sự thật, chỉ nhằm để vuốt ve, làm ta thỏa mãn. Chữ *xưng* (稱) ở đây hàm nghĩa là tâng bốc, ca ngợi quá lời. Mặc dù vậy, khi được tâng bốc, chúng ta thường rất ít khi nhận biết điều này. Nguyên nhân là bởi ta đang bị cơn *"gió xưng"* tác động. Nó làm cho ta ngất ngây với cảm giác được đề cao, được tôn xưng, khiến ta ngỡ rằng mình quả thực rất xứng đáng để được đề cao như vậy. Và chính sự cảm nhận sai lầm đó sẽ nhanh chóng đẩy ta đến chỗ *"mục hạ vô nhân"*, trở thành một con người cao ngạo, tự mãn đến mức xem thường người khác. Tất nhiên, một khuynh hướng sai lầm như thế chỉ có thể mang đến cho ta những sự suy thoái trầm trọng về đạo đức, phẩm hạnh mà thôi. Vì thế, đây cũng chính là một trong những chướng ngại rất lớn cho sự vươn lên hoàn thiện bản thân.

Cơn gió thứ sáu là *cơ phong*, là những ngoại duyên gây tổn thương tâm lý một cách bất công cho chúng ta, chẳng hạn như những lời vu khống, công kích hoặc phỉ báng sai sự thật. Chữ *cơ* (譏) mang nghĩa là quở trách, chê bai, nhưng ở đây hàm ý là những sự chê bai không dựa trên sự thật, dựng chuyện chỉ để nói xấu, vu khống. Khi cơn *"gió cơ"* này thổi đến chúng ta, ta sẽ rơi vào trạng thái bất an vì sự bực dọc, tức tối.

Tuy nhiên, những điều gọi là *"vu khống"* ở đây lại thường chỉ là được nhận thức từ phía chúng ta, bởi ta thấy đó là vô lý, là bất công, nhưng trong rất nhiều trường hợp thì người chê bai, chỉ trích ta lại có những chứng cứ mà họ cho là xác thực. Ngay cả khi những chứng cứ ấy chỉ là do sự hiểu lầm thì họ vẫn thật sự tin tưởng vào đó. Vì thế, thay vì hành xử một cách sáng suốt là phân tích để tìm ra nguyên nhân và giải tỏa sự hiểu lầm, chúng ta lại thường chỉ biết nổi giận và trách cứ về sự "vô lý" hay "bất công" của người khác. Đây cũng chính là một trong những tác động của cơn *"gió cơ"* này: nó làm cho ta mất đi khả năng phán xét và suy nghĩ sáng suốt.

Cơn gió thứ bảy là *khổ phong*, là những ngoại duyên làm ta khổ sở, không vừa ý. Chữ *khổ* (苦) tuy có hàm ý là tất cả mọi khổ đau, nhưng ở đây được dùng chủ yếu để chỉ đến những điều bất như ý, bức bách ta vào hoàn cảnh không mong muốn, phải gắng sức chịu đựng, như đói rét, nóng bức, thiếu thốn... Khi bị cơn *"gió khổ"* này thổi vào, ta cảm thấy thân tâm đều khó chịu, bực dọc, chỉ mong sao cho hoàn cảnh đó sớm qua đi. Cảnh khổ càng kéo dài thì sự khó chịu của ta càng tăng thêm. Vì vậy, cơn *"gió khổ"* đã tạo ra một thứ ngục tù vô hình giam hãm tinh thần ta, ngăn cách không cho ta tiếp xúc với những điều tốt đẹp của cuộc sống vẫn đang hiện hữu quanh ta.

Cơn gió cuối cùng là *lạc phong*, là những ngoại duyên làm ta sung sướng, thích thú, vui mừng. Chữ *lạc* (樂) mang nghĩa khái quát là vui thích, ở đây được dùng để chỉ chung những ngoại duyên khiến ta được hài lòng thích ý, thân tâm đều khoái lạc, chẳng hạn như được ăn ngon, mặc đẹp, tận hưởng các thú vui...

Mới nghe qua thì cơn *"gió lạc"* này tưởng chừng như phải là điều rất đáng mong cầu, bởi nó chẳng gây hại gì cho ta cả. Nhưng thật ra thì sự vui thích, khoái trá mà ta có được từ ngoại duyên cũng chính là một trong những tác nhân khiến ta ngày càng vướng sâu vào đau khổ. Vì sao vậy? Sự vui thích vốn có được là vì ta đang có chỗ mong cầu, ưa muốn, nên khi được thỏa mãn ta mới có cảm giác vui thích, khoái chí. Nhưng sự mong cầu của ta vốn không hề có giới hạn. Vì thế, một khi nó được thỏa mãn ở mức độ này thì lại lập tức nảy sinh một mức độ khác, và thường là cao hơn cả mức độ trước đó. Như vậy, xét cho cùng thì chính sự thỏa mãn bao giờ cũng nuôi lớn thêm dục vọng, và do đó mà một sự thất vọng dẫn đến khổ đau trong tương lai là điều không thể tránh được.

Tám cơn gió *(bát phong)* vừa được mô tả như trên có thể nói là bao gồm toàn bộ những điều kiện ngoại duyên tác động đến chúng ta trong cuộc sống. Trong đó có 4 ngọn thổi xuôi *(lợi, lạc, xưng, dự)* theo ý ta mong muốn và 4 ngọn thổi theo chiều ngược lại *(suy, hủy, cơ, khổ)*, tiếp nối thay nhau mà khiến cho ta phải thường xuyên dao động, quay quắt mãi trong cuộc đời.

Mỗi một ngoại duyên đến với ta thường luôn thuộc về một trong số những cơn gió ấy, hoặc cũng có những trường hợp mà cả hai, ba... cơn gió cùng lúc thổi đến, khiến ta hoàn toàn không còn tự chủ được. Toàn bộ những cảm xúc của chúng ta như buồn, vui, yêu, ghét, giận giữ, lo âu... thảy đều khởi sinh từ những cơn gió ngoại duyên này. Chỉ khi nào ta an nhiên bất động trước những cơn gió ấy thì nội tâm mới có thể an định và sáng suốt được.

Trong cuộc sống đời thường của mỗi chúng ta, 8 cơn gió ấy thay nhau liên tục tác động, khiến ta không một giây phút nào có thể chủ động dừng nghỉ thân tâm, nếu như chưa thoát được sự chi phối của chúng.

Giống như một lá cờ được kéo lên cao giữa khoảng không mênh mông, tha hồ cho gió từ bốn phương tám hướng thay nhau thổi đến, khiến cho lá cờ ấy phải luôn luôn lay động, phất phơ về mọi hướng, không một lúc nào có thể đứng yên.

Thân tâm chúng ta cũng liên tục chịu sự lay động của 8 ngọn gió khi *"lá cờ bản ngã"* được giương lên cao, và càng lên cao thì tất nhiên là càng phải chịu tác động của gió nhiều hơn, mạnh hơn. Mỗi một thời điểm trong cuộc đời ta, nếu không gặp phải những ngoại duyên có lợi thì ắt là tổn hại, không được khen ngợi thì ắt bị chê bai, không gặp điều vui thì ắt có chuyện buồn... Nên hầu như không thể có được một giây phút nào *"sóng yên gió lặng"* cả. Và từ ví dụ hình tượng này, ta cũng có thể thấy được một điều là: khi *bản ngã* càng được đề cao thì ta càng phải hứng chịu những tác động mạnh mẽ hơn từ 8 cơn gió của cuộc đời.

Nhưng suy cho cùng, 8 cơn gió ấy cũng chỉ là những tác động đến từ bên ngoài. Nếu không có cái vật cản cụ thể là sự *chấp ngã* của ta để chúng thổi vào, thì chắc chắn chúng không thể nào gây tác động. Giống như giữa khoảng không mênh mông kia, nếu không có lá cờ giương cao đón gió thì hẳn ta không thể nhìn thấy tác động của những cơn gió đang thổi qua đồng trống. Cũng vậy, 8 cơn gió đời sở dĩ có thể gây tác động đến ta chính là vì ta luôn ôm giữ quan niệm *chấp ngã*. Nếu ta có thể nhận ra được sự sai lầm của quan niệm *chấp ngã* và buông bỏ đi thì chắc chắn những cơn gió ấy sẽ không còn khả năng gây tác động đến ta được nữa.

Mặt khác, những cơn gió thổi không ngừng trong khoảng không kia là một hiện tượng hoàn toàn tự nhiên. Tám cơn gió mà chúng ta đang nói đến cũng là những hiện tượng tự nhiên xuất hiện trong cuộc đời. Chúng ta cần phải biết cách *"sống chung"* với chúng chứ không thể nghĩ đến việc tránh né hay mong muốn có một ngày chúng không còn nữa. Một khi hiểu được điều đó và đồng thời gạt bỏ dần đi quan niệm *chấp ngã*, ta sẽ thấy ngày càng ít bị chi phối hơn bởi tám cơn gió đời, tương tự như khi ta hạ thấp lá cờ giữa đồng trống, nó sẽ ít bị lay động hơn bởi những ngọn gió thổi đến từ tám hướng.

Nói thì dễ, nhưng việc vô hiệu hóa tám cơn gió đời chắc chắn không thể là một việc dễ làm. Bởi như đã nói, việc phá trừ *chấp ngã* cũng khó khăn như người chèo thuyền ngược dòng nước xiết, không thể xem là việc dễ dàng. Đôi khi ta có thể ngỡ như mình đã hiểu thấu vấn đề và đạt đến sự an nhiên bất động, nhưng rồi một trong những cơn gió kia bỗng bất ngờ thổi đến, khiến ta bị cuốn tung đi theo chiều gió, đánh mất đi mọi công phu tu tập đã có. Vào đời Tống của Trung Hoa, một nhà thơ nổi tiếng là Tô Đông Pha (1037-1101) đã có lần rơi vào tình huống như thế.

Tô Đông Pha am hiểu Phật pháp, thường giao du thân thiết với Thiền sư Phật Ấn (佛印) và cùng vị này trao đổi về sở học. Thiền sư Phật Ấn là một cao tăng thời bấy giờ, chẳng những uyên thâm về Phật pháp mà cũng rất giỏi về văn chương. Tô Đông Pha là bậc văn tài cái thế, thường cùng ngài Phật Ấn bàn luận về văn thơ, Phật pháp, đôi bên đều rất tâm đắc. Những tác phẩm của Tô Đông Pha thường không chỉ là văn chương điêu luyện, ngôn từ mỹ lệ, mà ý nghĩa cũng rất sâu sắc, hàm chứa những đạo lý thâm thúy mà ông học được từ Phật pháp. Vì thế, ngoài Thiền sư Phật Ấn ra ông cũng ít khi tìm được người tri âm tri kỷ để giãi bày hay trao đổi về những thơ văn hàm chứa đạo vị.

Một hôm, Tô Đông Pha ngẫu hứng làm được một bài thơ hay, ý tưởng sâu xa, rất lấy làm đắc ý, nguyên văn như sau:

稽首天中天，
毫光照大千。
八風吹不動，
端坐紫金蓮。

Khể thủ Thiên trung thiên,
Hào quang chiếu đại thiên.
Bát phong xuy bất động,
Đoan tọa tử kim liên.

Tạm dịch:

Đê đầu lễ Thế Tôn,
Hào quang soi khắp chốn.
Tám gió thổi không lay,
Trang nghiêm ngự sen hồng!

Tô Đông Pha làm được bài thơ rồi, hứng chí muốn tìm người để chia sẻ, liền nghĩ ngay đến Thiền sư Phật Ấn. Khổ nỗi, ông đang ở Hoàng Châu, bên bờ phía nam của Trường giang, còn chùa Quy Tông mà ngài Phật Ấn đang trụ trì lúc đó lại nằm bên bờ phía bắc của con sông. Vì thế, ông không tiện đến gặp Thiền sư, liền chép ngay bài thơ bỏ vào phong bì niêm lại, giao cho một tiểu đồng, dặn phải gấp rút đi thuyền sang bên kia sông trình cho Thiền sư Phật Ấn xem, trong lòng đinh ninh thế nào Thiền sư cũng sẽ hết lời khen ngợi kiệt tác này.

Mà bài thơ của Tô Đông Pha quả là hay thật, lại hàm ý rất sâu xa! Xem ra khi làm bài thơ này, ông đã thấy biết được rằng hết thảy mọi công phu tu tập chẳng qua chỉ là để vượt thoát sự chi phối của *bát phong*, tám ngọn gió đời. Vì thế, khi xưng tán đức Phật ông đã chọn không nói đến công hạnh nào khác mà chỉ nêu bật một câu: *"Bát phong xuy bất động."* Theo như bài thơ này mà hiểu, thì ông cho rằng bất cứ ai đã thoát khỏi hoàn toàn sự chi phối của tám ngọn gió đời, người ấy xứng đáng được tôn xưng là Phật. Hay nói cách khác, chỉ có đức Phật mới hoàn toàn thoát được sự chi phối của *bát phong*, có thể an nhiên bất động trong mọi hoàn cảnh.

Nhưng muốn thoát được sự chi phối của *bát phong*, như đã nói trên, không có cách nào khác hơn là phải phá trừ hoàn toàn *chấp ngã*. Trong *Thành duy thức luận* (quyển 1) có nói: *"Phiền não của chúng sinh vô số chủng loại, đều có gốc rễ nơi chấp ngã. Nếu không có chấp ngã, ắt không có phiền não."* Dứt sạch phiền não, đó chính là Phật! Cho nên, cách hiểu của Tô Đông Pha như vậy không phải là không có lý.

Nhưng *chấp ngã* có nhiều mức độ, từ *thô* (dễ thấy) đến *tế* (tinh vi, khó thấy), nên chỗ hiểu của Tô Đông Pha tuy đúng mà chưa đủ, bởi ông chưa có công phu tu tập để thấy được phần vi tế nhất của *chấp ngã*, do đó mới ngỡ rằng mình đã thông đạt được vấn đề.

Chính vì vậy, bài thơ của ông còn có một hàm ý thứ hai. Ông không chỉ dùng những câu trên để xưng tán đức Phật! Vì bài thơ chia làm hai khổ rõ rệt, nên người đọc tinh ý sẽ nhận ra ngay là khổ thơ đầu (2 câu) ông xưng tán đức Phật, còn khổ thơ sau ông hàm ý muốn bày tỏ chỗ sở đắc của mình trong sự tu tập. Nói cách khác, nhà thơ khi ấy cho rằng mình đã đạt được đến chỗ *"bát phong xuy bất động"*.

Thiền sư Phật Ấn là người uyên thâm Phật pháp, lại rất giỏi văn chương, nên vừa xem qua đã nhận ra ngay điều đó. Ngài thầm nghĩ, người bạn này tuy đã có chút sở đắc về Phật pháp, nhưng hiện đang bị sự kiêu mạn xô đẩy đi lầm đường lạc hướng, nhất định cần có một tiếng chuông cảnh tỉnh. Nghĩ rồi, ngài không nói lời nào, chỉ lặng lẽ cầm bút phê ngay vào bên dưới bài thơ hai chữ *"phóng thí"* (放屁) thật lớn. Xong, ngài niêm kỹ lại và giao cho tiểu đồng mang về.

Phóng thí có nghĩa là xả hơi trong người ra về phía dưới, hay trung tiện, mà nói nôm na là đánh rắm. Đọc một bài thơ mà phê vào hai chữ ấy, khác nào như ta nói "văn chương thối"! Đây không phải là chê bai nữa, mà là miệt thị, khinh bỉ.

Tiểu đồng mang thư về trao lại, Tô Đông Pha nôn nóng hỏi: "Thầy đọc thơ có nói gì chăng?" Tiểu đồng thưa: "Không nói gì, chỉ thấy phê vào mấy chữ rồi đưa con cầm về."

Tô Đông Pha trong lòng hoài nghi, lập tức mở thư, không biết Thiền sư nhận xét về bài thơ của mình như thế nào. Ngờ đâu mở ra chỉ thấy hai chữ *"phóng thí"* thật lớn. Lửa giận bốc lên, khí uất tuôn tràn, trong lòng ông thầm nghĩ: "Có lý nào lại như thế? Đã chẳng khen ngợi thì thôi, bài thơ này có chỗ nào thô thiển đến nỗi phải phê vào hai chữ như thế! Lão tăng này quả thật quá đáng!"

Càng nghĩ càng tức, cho đến lúc không chịu được nữa, ông nhất định phải thân hành đến gặp Phật Ấn để hỏi cho ra lẽ. Thế là ông lập tức đi ra bến sông, lên thuyền vượt Trường giang để đến chùa Quy Tông. Trên đường đi, gió sông lồng lộng mà ông vẫn thấy như đang ngồi trên đống lửa, trong lòng nôn nóng chỉ mong sao cho thuyền đi nhanh đến nơi.

Ngờ đâu, khi ông lên chùa rồi, vừa vào đến nhà khách thì vị tăng tri khách đã lạnh lùng thông báo: *"Hôm nay thầy không tiếp khách!"* Hóa ra ngài Phật Ấn đã dự liệu trước mọi chuyện, nên dặn thầy tri khách nói với ông như vậy. Lúc này, Tô Đông Pha không còn kiềm được cơn giận, lập tức đứng dậy xông thẳng vào phương trượng, không thèm đếm xỉa gì đến những lời của thầy tri khách.

Vừa đến phương trượng thì ông nhận ra là cửa vào đã khép kín. Ông đùng đùng nổi giận, vung tay lên định đập cửa, bất chợt nhìn thấy phía trên cửa có dán một mảnh giấy lớn ghi hai câu thơ, rõ ràng là nét chữ của ngài Phật Ấn:

八風吹不動，
一屁過江來。

Bát phong xuy bất động,
Nhất thí quá giang lai.

Tạm dịch:

Tám gió dù thổi không động,
Một "cú" vượt sông sang ngay!

Tô Đông Pha vừa đọc qua hai câu thơ ấy, như người bị dội gáo nước lạnh, lập tức bừng tỉnh thốt lên ngay: *"Ta hiểu sai rồi!"* Liền lặng lẽ quay về không nói thêm gì nữa. Từ đó ông ra công tu tập hành trì, không dám cho rằng mình đã thấu đạt Phật pháp.

Tô Đông Pha về sau có soạn tập *Đông Pha thiền hỷ*, gồm 9 quyển, trong đó quyển thứ 9 có ghi lại một số đoạn vấn đáp với Thiền sư Phật Ấn. Tập sách này được lưu hành rộng rãi trong nhà thiền và được rất nhiều người khen ngợi. Điều này cho thấy sau khi nhận được bài học từ ngài Phật Ấn, ông đã thức tỉnh và biết tu tập đúng hướng nên mới đạt được những kết quả tiến bộ thực sự về Phật pháp.

Bài học mà Thiền sư Phật Ấn dành cho Tô Đông Pha cũng là một bài học quý giá cho tất cả chúng ta. Trong Phật pháp, sự nghiên cứu học hỏi tuy không phải là vô ích, nhưng nếu không đi đôi với công phu tu tập hành trì thì không thể mang lại kết quả lợi ích thật sự. Tô Đông Pha khi suy xét về tác hại của tám cơn gió đời hẳn đã hiểu được hết sức thấu đáo, nhưng lại chưa có sự thực hành chống chọi với chúng. Vì thế, Thiền sư Phật Ấn chỉ cần khơi dậy một cơn gió trong số đó cũng đã đủ để ông phải điêu đứng, khổ não. Đến khi Thiền sư đưa ra hai câu thơ “tả thực” giúp ông nhìn lại được chính mình, ông mới biết sự cảm nhận trước đó của mình là hoàn toàn sai lầm. *Sự hiểu biết về lý thuyết không thể giúp ta chống lại được tác hại của bát phong!* Vì thế, ông mới bắt đầu chú trọng đến thực hành tu tập và không còn tự mãn về sự uyên bác của mình nữa.

Mấy người trong chúng ta có thể được như Tô Đông Pha, biết kịp thời tỉnh ngộ? Chỉ cần có thể được như thế, sự tu tập phá trừ *chấp ngã* tuy có khó khăn nhưng không phải là chuyện không làm được. Hơn nữa, chỉ cần chúng ta không rơi vào sự tự mãn, biết chuyên cần tu tập thì lợi ích của công phu tu tập sẽ ngày càng tăng thêm, giúp ta có thể chống chọi một cách vững vàng hơn. Cho dù chưa đạt đến mức *“bát phong xuy bất động”*, nhưng cũng không đến nỗi bị chúng cuốn đi tan tác và đánh mất hoàn toàn sự tự chủ của bản thân mình.

Và như đã nói, sự phá trừ chấp ngã cũng khó khăn như kẻ chèo thuyền ngược dòng nước xiết, chúng ta không thể không liên tục nỗ lực, bởi chỉ cần một chút biếng nhác buông lơi là sẽ lập tức bị cuốn trôi theo dòng nước.

Tuy nhiên, ta cũng có thể mô tả theo một cách khác để

vấn đề được hình dung tích cực hơn. Quan niệm chấp ngã của chúng ta giống như một gốc cây đại thụ đã lâu đời, nếu ta tiếp tục nuôi dưỡng, nó sẽ ngày càng cao to hơn nữa. Nhưng nếu ta nhận hiểu được vấn đề, không còn chăm bón tưới tẩm cho nó nữa, lại dùng búa rìu chặt vào từng nhát để đốn hạ, thì cho dù chưa thể đốn ngã nó ngay nhưng trước mắt cũng đã làm cho nó ngưng không còn phát triển, và còn bị ta ngày ngày đẽo gọt cho suy yếu đi, thì chắc chắn rồi cũng sẽ có một ngày nó hoàn toàn bị ta đốn ngã.

Như vậy, ta phải đẽo gọt cây đại thụ *chấp ngã* như thế nào? Hãy thường xuyên quán chiếu về tính chất giả tạm và vô thường của chính bản thân ta và thế giới quanh ta, cũng như sự giả hợp của *năm uẩn* tạo thành *"cái ta"* tạm bợ này. Không có gì là chắc thật, bền lâu! Tất cả đều do các nhân duyên hòa hợp tạo thành, mà bản thân các nhân duyên đó vốn luôn biến đổi, không có gì bền chắc, nên ta không thể tìm thấy bất kỳ điều gì thật sự bền chắc trong thế giới nhân duyên giả hợp đó.

Với sự quán chiếu thường xuyên như thế, ta sẽ bắt đầu tỉnh táo nhận ra được những tác động của quan niệm *chấp ngã* đối với mỗi một tư tưởng, lời nói và hành vi của ta. Khi nhận biết được như thế, ta sẽ bắt đầu có được sự tự chủ nhiều hơn trước khi quyết định làm bất cứ điều gì, thay vì chỉ hành xử theo một quán tính từ lâu đời, theo khuynh hướng bảo vệ và vun đắp cho một bản ngã vốn là không thật.

Sự quán chiếu thường xuyên về *vô thường* và *vô ngã* cũng giúp ta dập tắt hoặc ít ra cũng làm giảm nhẹ đi sự say mê và hứng khởi đối với những đối tượng trần cảnh. Không có sự say mê và hứng khởi đó, ta sẽ không bị lôi cuốn vào sâu hơn trong thế giới của *ngũ dục*, và do đó cũng không chịu nhiều tác động của *bát phong*. Khi ta không tham đắm nhiều đối với tiền bạc, của cải, thì những cơn gió *lợi, suy* không thể xô đẩy, lay chuyển được ta; khi ta biết xem danh vọng thế gian là bọt bèo giả tạm, thì những cơn gió *hủy, dự, xưng, cơ* đối với ta cũng không còn chiếm được tầm quan trọng; khi ta biết rằng mọi sự việc trong thế gian này đều vô thường, thoạt có thoạt không, thì những cơn gió *khổ, lạc* đối với ta cũng không có nhiều tác dụng...

Tuy nhiên, điều quan trọng nhất cần phải luôn ghi nhớ vẫn là bài học của Tô Đông Pha mà chúng ta vừa nhắc lại ở trên. Mọi sự thuyết lý vẫn chỉ là lý thuyết, và nội lực của chúng ta có được vững vàng hay không luôn tùy thuộc vào sự thực hành tu tập chứ không phải là sự am hiểu lý thuyết suông.

Thay lời kết

Trong xã hội bon chen hiện nay, khi mà mỗi một cá nhân muốn giành được chỗ đứng đều phải vất vả cạnh tranh, không ngừng đối phó với những cá nhân khác, thì việc nêu ra ý tưởng *vô ngã* tưởng chừng như không được thích hợp cho lắm! Để có được một chỗ làm ổn định hay một địa vị tốt trong xã hội, dường như chúng ta phải luôn tự đề cao mình, khẳng định mình là có gì đó vượt trội, nổi bật hơn người khác. Đó là một đòi hỏi thực tế. Như vậy, liệu chúng ta có thể làm được những điều đó trên tinh thần *vô ngã* hay chăng? Liệu chúng ta có thể gạt bỏ được quan niệm *chấp ngã* mà vẫn đưa cái *"bản ngã không thật"* của mình vượt lên trên so với người khác? Và liệu chúng ta có thể nào vẫn tham gia cuộc đọ sức bon chen để đảm bảo nhu cầu tồn tại của bản thân và gia đình nhưng vẫn nhìn đời bằng nhãn quan *vô ngã*? Những câu hỏi như thế chắc chắn có thể đến với bất cứ ai trong chúng ta ngay khi bắt đầu bước vào con đường thực hành giáo pháp *vô ngã*.

Nền kinh tế thị trường hiện nay đang chi phối hầu hết các quốc gia trên thế giới. Mọi xã hội từ Đông sang Tây đều đang phát triển dựa trên cơ chế thị trường. Sự phát triển của mỗi cá nhân trong một xã hội như thế luôn tùy thuộc vào sự biểu hiện năng lực của cá nhân đó trong mối quan hệ so sánh với những cá nhân khác. Và như vậy, trong những xã hội này tất yếu phải hình thành những quan điểm sống nhấn mạnh vào vai trò của cá nhân như là trung tâm điểm của xã hội. Đây cũng chính là biểu hiện rõ nét nhất của quan niệm *chấp ngã*.

Điều này không có gì khó hiểu. Kinh tế thị trường và những quy luật cạnh tranh khách quan đến lạnh lùng của nó có nguồn gốc từ nền văn hóa phương Tây, vốn luôn nhấn mạnh vào vai trò của cá nhân trong cộng đồng xã hội. Vì thế, đây chính là môi trường hết sức thuận lợi để nuôi lớn quan niệm *chấp ngã*. Nhìn từ góc độ xã hội thì đây có thể ví như một con dao hai lưỡi. Một mặt, nó kích thích sự phát triển tối đa của mỗi cá nhân, và do đó tạo động lực hết sức mạnh mẽ cho sự phát triển kinh tế của toàn xã hội. Điều này được biểu lộ qua sự phát triển hết sức nhanh chóng về mặt vật chất của thế giới phương Tây trong suốt nhiều thập kỷ gần đây. Nhưng mặt khác thì nguy cơ gây rối loạn xã hội từ những cá nhân có sự phát triển lệch hướng cũng tăng cao và đòi hỏi các nhà quản lý xã hội phải không ngừng tìm ra các biện pháp để đối phó, khống chế. Điều này cũng được thấy rõ qua các loại hình tội phạm thường xuyên phát triển ngày càng nghiêm trọng hơn, cũng như qua sự suy thoái chung về các chuẩn mực đạo đức, tâm linh trong xã hội theo chiều hướng tỷ lệ nghịch với sự phát triển về vật chất. Dấu hiệu rõ nét nhất của hiện tượng này là càng vươn lên sung túc về vật chất thì người ta lại càng cảm thấy hụt hẫng nhiều hơn về mặt tinh thần. Sự hình thành các trung tâm tu tập Phật giáo tại phương Tây trong những năm gần đây với số lượng người tham gia ngày càng đông đảo hơn đã cho thấy rõ điều đó. Người ta bắt đầu nhận ra rằng họ không thể sống tốt chỉ với bánh mì và bơ sữa, và nhu cầu về sự cải thiện đời sống tâm linh đang ngày được quan tâm nhiều hơn.

Và người ta đã thực hành những gì khi đến với các trung tâm tu tập? Chính là sự buông bỏ khái niệm *chấp ngã*, xóa dần đi vai trò độc tôn của cá nhân trong cộng đồng xã hội. Thay vào đó, những người tu tập sẽ biết cách nhìn nhận thực tại đời sống một cách toàn diện hơn trong mối tương quan chặt chẽ và chi phối lẫn nhau giữa các thành viên trong xã hội. Điều đó giúp họ có một cái nhìn đúng thật hơn về bản ngã cũng như về thế giới chung quanh. Và đó mới chính là tiền đề cho một cuộc sống thực sự an vui và hạnh phúc.

Xã hội phương Đông từ xa xưa vốn chưa từng phát triển theo khuynh hướng của phương Tây. Thay vì nhấn mạnh vào vai trò của cá nhân, các xã hội phương Đông luôn được xây dựng dựa trên sự phát triển của toàn xã hội. Nhà chính trị lý thuyết tiêu biểu của phương Đông là Khổng Tử đã hình thành học thuyết về quản lý xã hội của ông dựa trên những khuôn mẫu xã hội lý tưởng chứ không phải là những cá nhân lý tưởng!

Sự khác biệt chính là ở điểm này. Xã hội phương Tây được xây dựng dựa trên yêu cầu tôn trọng và tạo điều kiện tối ưu cho sự phát triển của từng cá nhân, và vì thế mà những khuôn mẫu cá nhân lý tưởng được nêu ra trước, rồi sau đó thì mọi quy luật ứng xử trong xã hội phải được hình thành theo khuynh hướng đào tạo ra những cá nhân lý tưởng như thế. Ngược lại, các nhà quản lý xã hội ở phương Đông lại hình thành những khuôn mẫu xã hội lý tưởng trước, rồi từ đó mới đưa ra mọi quy luật ứng xử để điều chỉnh hành vi ứng xử của mọi cá nhân sao cho tất cả các cá nhân trong xã hội đều thích ứng với khuôn mẫu xã hội lý tưởng đó.

Ta có thể lấy ví dụ so sánh từ một khác biệt nổi bật nhất là quan điểm về vấn đề tình dục. Đối với phương Tây, tình dục là một nhu cầu của cá nhân, và điều đó cần được tôn trọng. Do đó, trong xã hội phương Tây thì việc tự do quan hệ tình dục là chuyện hết sức bình thường và không ai được phép ngăn cấm, miễn là điều đó có sự tự nguyện của đôi bên. Ngược lại, dưới mắt nhìn của các nhà quản lý xã hội phương Đông thì trong một xã hội lý tưởng không thể có chuyện quan hệ tình dục bừa bãi, vì gia đình chỉ có thể hạnh phúc khi có sự chung thủy một vợ một chồng, và gia đình có hạnh phúc thì xã hội mới tốt đẹp. Như vậy, mọi cá nhân trong xã hội sẽ phải chấp nhận sự điều chỉnh của quy luật ứng xử sao cho phù hợp với khuôn mẫu lý tưởng đó. Do đó, mỗi thành viên trong xã hội đều được giáo dục, đào tạo từ nhỏ để biết sống thích hợp với khuôn mẫu chung của toàn xã hội. Điều này dẫn đến kết quả là xã hội phương Đông không chấp nhận các hình thức tự do quan hệ tình dục, mà nhất thiết phải được đặt trong khuôn phép của lễ giáo.

Ta có thể suy rộng ra và dễ dàng tìm thấy rất nhiều ví dụ tương tự trong những sự khác biệt về quan điểm ứng xử giữa các xã hội phương Đông và phương Tây.

Chính sự khác biệt về quan điểm như trên đã tạo ra những khuynh hướng sống khác nhau. Và nếu quay lại với những phân tích về giáo lý *vô ngã* mà ta vừa tìm hiểu, ta có thể dễ dàng nhận ra ngay là môi trường xã hội phương Đông luôn tỏ ra thích hợp hơn với sự thực hành giáo lý *vô ngã*.

Vấn đề nảy sinh ở đây là, cùng với kinh tế thị trường, nền văn hóa và lối sống của phương Tây cũng đang lan rộng sang các nước phương Đông. Trong khoảng một thập kỷ vừa qua, nhiều bạn trẻ Việt Nam đã dần dần trở nên quen thuộc hơn với lối sống phương Tây và nhiều nét văn hóa truyền thống của dân tộc đang dần đổi thay, phai nhạt. Điều này là tốt hay xấu? Liệu chúng ta có thực sự đang tiếp thu những điều tốt đẹp và vươn lên hoàn thiện, hay đang đánh mất dần đi những điều quý giá đang sẵn có? Câu trả lời có thể còn tùy thuộc vào nhận thức khác nhau của mỗi người, nhưng ở đây chúng ta sẽ giới hạn vấn đề bằng cách nhìn từ quan điểm *vô ngã* mà ta đang tìm hiểu.

Từ xa xưa, Lão Tử đã từng nói trong Đạo đức kinh rằng: *"Đặt mình ra sau mà đến trước; đặt mình ra ngoài mà không mất."*[1] Như vậy, theo quan niệm của ông thì rõ ràng việc bon chen sát phạt để giành được chỗ đứng tốt hơn trong xã hội chưa hẳn đã là điều tốt. Mỗi người vẫn có thể sống tốt trong cương vị của mình thì tự nhiên xã hội đó sẽ có sự phát triển tốt đẹp, và mỗi thành viên trong xã hội rồi cũng sẽ được hưởng sự tốt đẹp đó.

Như đã nói, xã hội phương Tây lại theo quan điểm khác. Sự cạnh tranh mạnh mẽ, thậm chí là khốc liệt, giữa các cá nhân được cho là động lực chính để thúc đẩy xã hội phát triển. Như vậy, quan điểm này xem sự phát triển xã hội - mà chủ yếu là kinh tế - như mục đích chính. Ngược lại, các hiền triết phương Đông đều chỉ xem đó như một phương tiện để đạt đến cuộc sống ổn định cho mọi người, và sự tốt đẹp của xã hội không được đánh giá dựa trên mức độ phát triển kinh tế hay hưởng thụ vật chất, nhưng được xét từ sự an vui hạnh phúc mà mỗi cá nhân trong xã hội đó có thể tận hưởng.

Và đây cũng chính là điểm then chốt mà giáo lý *vô ngã* sẽ phát huy tác dụng. Trong khi sự phát triển đơn thuần về mặt vật chất chỉ là một trong những điều kiện nhưng không hề đảm bảo cho ta một cuộc sống thực sự hạnh phúc, thì giáo lý *vô ngã* lại trang bị cho ta một khả năng kỳ diệu giúp ta hầu như có thể thích ứng với mọi hoàn cảnh khác nhau trong cuộc sống, và do đó chắc chắn sẽ tìm được nguồn hạnh phúc chân thật mà không phải phụ thuộc nhiều vào ngoại cảnh.

Như vậy, nhìn từ góc độ đi tìm một cuộc sống thực sự hạnh phúc thì rõ ràng là chúng ta hoàn toàn có thể và nên thực hành giáo pháp *vô ngã* ngay trong cuộc sống bon chen

[1] Lão Tử, Đạo đức kinh, chương 7.

này. Bởi khi đem so sánh giữa "được" và "mất" thì chắc chắn chúng ta sẽ "được" những cái đáng giá hơn - niềm an vui trong cuộc sống - và chỉ có thể "mất" đi một phần nào đó những giá trị vật chất, điều mà ta có thể chấp nhận được. Nhiều người bạn của tôi đang làm công việc kinh doanh thường than phiền về những áp lực căng thẳng mà họ phải chịu đựng liên tục trong công việc. Sự phát triển về kinh tế của xã hội, và gần gũi hơn là kinh tế gia đình, dường như đang phải đánh đổi bằng sự vắt kiệt sức lực của mỗi chúng ta trong từng ngày, từng giờ. Và như thế, những thành tựu vật chất mà ta có được quả thật không thể bù đắp cho sự mất mát về mặt tinh thần mà ta phải gánh chịu khi chạy đuổi theo sự cuốn hút của những nhu cầu vật chất.

Một khi quay nhìn lại chính mình và thế giới chung quanh với quan điểm *vô ngã*, chúng ta sẽ có thể lập tức giảm nhẹ được những áp lực căng thẳng đang đè nặng lên cuộc sống của mình nhờ vào sự thay đổi khuynh hướng sống. Chúng ta sẽ không còn mải mê chạy đuổi theo những giá trị không thực sự cần thiết, sẽ nhận ra được những giá trị đích thực của đời sống, và sẽ có những quyết định sáng suốt dẫn đến những tư tưởng lời nói và hành vi mang lại hạnh phúc cho bản thân ta và mọi người quanh ta. Tất cả những điều này đều xuất phát từ việc điều chỉnh nhận thức sai lầm về bản thân ta và thế giới quanh ta, và nhờ đó mà ta không còn phải chịu sự tác động, xô đẩy quá nhiều từ ngoại cảnh.

Qua tất cả những gì chúng ta đã cùng nhau tìm hiểu trong tập sách này, có thể thấy rằng thực hành *vô ngã* không phải là một lý thuyết cao siêu không tưởng, mà chính là một phương thức thiết thực giúp ta tìm lại được chính mình trong dòng chảy xô bồ của cuộc sống hôm nay. Chính vì vậy, tập sách này đã ra đời như một nỗ lực của người viết muốn chia sẻ cùng người đọc những lợi ích thiết thực của sự thực hành *vô ngã*, một phương pháp đã được đức Phật chỉ dạy từ cách đây hơn 25 thế kỷ nhưng đến nay vẫn còn giữ nguyên giá trị trong xã hội hiện đại. Những ai đã có sự thực hành trong một chừng mực nhất định nào đó đều có thể xác quyết điều này.

Mặc dù vậy, việc trình bày một vấn đề quá lớn lao và phức tạp trong một tập sách nhỏ không phải là việc dễ dàng, và những kinh nghiệm cũng như hiểu biết của người viết là hết sức nhỏ nhoi, hạn chế. Vì vậy, người viết tin chắc rằng sẽ không thể tránh khỏi ít nhiều sai sót trong quá trình hình thành tập sách. Một lần nữa, chúng tôi xin chân thành đón nhận và biết ơn mọi sự góp ý chỉ dạy từ các bậc cao minh cũng như quý độc giả gần xa để nội dung sách trong những lần tái bản sẽ được hoàn thiện hơn.

MỤC LỤC

Lời thưa

Trong kinh Pháp Cú, đức Phật dạy rằng: "Pháp thí thắng mọi thí." Thực hành Pháp thí là chia sẻ, truyền rộng lời Phật dạy đến với mọi người. Mỗi người Phật tử đều có thể tùy theo khả năng để thực hành Pháp thí bằng những cách thức như sau:

1. Cố gắng học hiểu và thực hành những lời Phật dạy. Tự mình học hiểu càng sâu rộng thì việc chia sẻ, bố thí Pháp càng có hiệu quả lớn lao hơn. Nên nhớ rằng **việc đọc sách còn quan trọng hơn cả việc mua sách**.

2. Phải trân quý kinh điển, sách vở in ấn lời Phật dạy. Khi có điều kiện thì mua, thỉnh về nhà để tự mình và người trong gia đình đều có điều kiện học hỏi làm theo. Không nên giữ làm của riêng mà phải sẵn lòng chia sẻ, truyền rộng, khuyến khích nhiều người khác cùng đọc và học theo. Không nên để kinh sách nằm yên đóng bụi trên kệ sách, vì **kinh sách không có người đọc thì không thể mang lại lợi ích**.

3. Tùy theo khả năng mà đóng góp tài vật, công sức để hỗ trợ cho những người làm công việc biên soạn, dịch thuật, in ấn, lưu hành kinh sách, **để ngày càng có thêm nhiều kinh sách quý được in ấn, lưu hành**.

Thông thường, việc chi tiêu một số tiền nhỏ không thể mang lại lợi ích lớn, nhưng nếu sử dụng vào việc giúp lưu hành kinh sách thì lợi ích sẽ lớn lao không thể suy lường. Đó là vì đã giúp cho nhiều người có thể hiểu và làm theo lời Phật dạy. Mong sao quý Phật tử khắp nơi đều lưu tâm đóng góp sức mình vào những việc như trên.

- Mua thỉnh kinh sách về đọc, tự mình sẽ được rất nhiều lợi ích.

- Chia sẻ, truyền rộng bằng cách cho mượn, biếu tặng kinh sách đến nhiều người thì lợi ích ấy càng tăng thêm gấp nhiều lần.

- Đóng góp công sức, tài vật để hỗ trợ công việc biên soạn, dịch thuật, giảng giải, in ấn, lưu hành kinh sách thì công đức lớn lao không thể suy lường, vì có vô số người sẽ được lợi ích từ việc lưu hành kinh sách.

www.ingramcontent.com/pod-product-compliance
Lightning Source LLC
LaVergne TN
LVHW101947220826
846093LV00006B/130

* 9 7 9 8 2 1 5 3 7 6 9 3 5 *